கொலை அரங்கம்

கிழக்கு பதிப்பக வெளியீடுகளாக சுஜாதாவின் புத்தகங்கள்

மீண்டும் ஜீனோ
நிறமற்ற வானவில்
நில்லுங்கள் ராஜாவே
தீண்டும் இன்பம்
ஆஸ்டின் இல்லம்
அனிதாவின் காதல்கள்
நைலான் கயிறு
24 ரூபாய் தீவு
அனிதா இளம் மனைவி
கொலை அரங்கம்
கமிஷனருக்கு கடிதம்
அப்ஸரா
பாரதி இருந்த வீடு
மெரீனா
ஆர்யபட்டா
என் இனிய இயந்திரா
காயத்ரி
ப்ரியா
தங்க முடிச்சு
எதையும் ஒருமுறை
ஊஞ்சல்
ஓரிரவில் ஒரு ரயிலில்
மீண்டும் ஒரு குற்றம்
விக்ரம்
நில், கவனி, தாக்கு!
வாய்மையே சில சமயம்
வெல்லும்
ஆ..!
வசந்த காலக் குற்றங்கள்
சிவந்த கைகள்
ஒரே ஒரு துரோகம்
இன்னும் ஒரு பெண்
6961
ஜோதி
மாயா
ரோஜா
ஓடாதே
மேற்கே ஒரு குற்றம்
விபரீதக் கோட்பாடு
ஐந்தாவது அத்தியாயம்
மலை மாளிகை
விடிவதற்குள் வா
மூன்று நாள் சொர்க்கம்
பத்து செகண்ட் முத்தம்
கம்ப்யூட்டர் கிராமம்
இளமையில் கொல்
மேகத்தை துரத்தியவன்
ஒரு நடுப்பகல் மரணம்
நகரம்
இதன் பெயரும் கொலை
மண்மகன்
தப்பித்தால் தப்பில்லை
விழுந்த நட்சத்திரம்
முதல் நாடகம்
ஆட்டக்காரன்
ஜன்னல் மலர்
என்றாவது ஒரு நாள்
வைரங்கள்
மேலும் ஒரு குற்றம்
சொர்க்கத் தீவு
கனவுத் தொழிற்சாலை
ஆயிரத்தில் இருவர்
பதினாலு நாட்கள்
உள்ளம் துறந்தவன்
பிரிவோம் சந்திப்போம்
கரையெல்லாம் செண்பகப்பூ
இரண்டாவது காதல் கதை
நிர்வாண நகரம்
குருபிரசாதின் கடைசி தினம்
இருள் வரும் நேரம்
திசை கண்டேன் வான் கண்டேன்
ஆழ்வார்கள் - ஓர் எளிய அறிமுகம்
தேடாதே
விருப்பமில்லாத் திருப்பங்கள்
விரும்பிச் சொன்ன பொய்கள்
கை
ஆதலினால் காதல் செய்வீர்
நூற்றாண்டின் இறுதியில் சில சிந்தனைகள்
அப்பா, அன்புள்ள அப்பா
மிஸ். தமிழ்த்தாயே, நமஸ்காரம்!
சிறு சிறுகதைகள்
வாரம் ஒரு பாசுரம்
வானத்தில் ஒரு மௌனத்தாரகை
கடவுள் வந்திருந்தார்
அனுமதி
ஓலைப் பட்டாசு
சேகர், சிங்கமய்யங்கார் பேரன்
கம்ப்யூட்டரே ஒரு கதை சொல்லு
டாக்டர் நரேந்திரனின் வினோத வழக்கு
நிஜத்தைத் தேடி
பாதி ராஜ்யம்
சில வித்தியாசங்கள்

கொலை அரங்கம்

சுஜாதா

கிழக்கு

கொலை அரங்கம்
Kolai Arangam
by Sujatha
Sujatha Rangarajan ©

First Edition: May 2010
120 Pages
Printed in India.

ISBN 978-81-8493-449-6
Kizhakku - 488

Kizhakku Pathippagam
177/103, First Floor,
Ambal's Building, Lloyds Road,
Royapettah, Chennai 600 014.
Ph: +91-44-4200-9601

Email : support@nhm.in
Website : www.nhm.in

Cover Image: Shutterstock

Kizhakku Pathippagam is an imprint of New Horizon Media Private Limited

This book is sold subject to the condition that it shall not, by way of trade or otherwise, be lent, resold, hired out, or otherwise circulated without the publisher's prior written consent in any form of binding or cover other than that in which it is published and without a similar condition including this the rights under copyright reserved above, no part of this publication may be reproduced, stored in or introduced into a retrieval system, or transmitted in any form or by any means (electronic, mechanical, photocopying, recording or otherwise), without the prior written permission of both the copyright owner and the above-mentioned publisher of this book.

திரை இன்னும் தீவிரமாக அசைய, யாரோ ஜன்னலிலிருந்து உள்ளே குதிக்க முற்படுவது தெரிந்தது. இரு இரு கணேஷ்! நீ வைத்த பொறி வேலை செய்கிறது. காரியத்தைக் கெடுக்காதே. அவன் வரட்டும், வரட்டும். என்ன செய்கிறான், பார்க்கலாம்... அந்த வெளிச்சத்தில்கூட அவன் கையில் இருந்த கூர்மை புரிந்தது. அதில் ரத்தக் கறை இருப்பதும் தெரிந்தது.

1

மேடவாரிஸ் ரோட்டை ஒட்டிய சந்தில் அந்த அரங்கத்தைக் கட்டியிருந்தார்கள். கணேஷ் போய்ச் சேர்ந்தபோது உள்ளே பார்க்கிங் நிரம்பி ரோடெல்லாம் கார் வழிந்திருந்தது. ஃபியட்டை சுமார் ஒரு ஃபர்லாங் தூரத்தில் புறக்கணித்துவிட்டு நடக்கவேண்டியிருந்தது. கார் வரிசையை ஒவ்வொன்றாகக் கடந்து செல்லும்போது, 'வஸந்த், இந்தியா ஏழை நாடுன்னு யாராவது சொல்லுவாங்களா?'

'ஏழை நாடில்லை பாஸ். கேள்வி கேக்காத நாடு. அவனவன் சோத்துக்கில்லாம அலையறான். நாம என்னடான்னா நைன்ட்டீன் நாட் எய்ட் சிவில் ப்ரொசிஜர் கோடை வச்சிக்கிட்டு குப்பை கொட்டறோம்'

'1887 ஸ்மால் காஸ் கோர்ட்ஸ் ஆக்ட்டை விட்டுட்டியே.'

'இவன் என்னடான்னா அரங்கம் கட்டறான். யூ.பி.எம் கலையரங்கம்னா என்ன பாஸ்?'

'உத்தம் பீனா முத்தமிழ்க் கலையரங்கம்' என்று அவிழ்த்தான் கணேஷ்.

'கொய்ட் எ மவுத்ஃபுல். சும்மா சொல்லக்கூடாது, நல்லாத்தான் கட்டிருக்காங்க.'

அரங்கத்தை அணுக, அதன் முழுத்தோற்றமும் விரிந்தது. முன் பக்கம் முழுவதும் கண்ணாடிச்சுவர்கள், உள்ளே நடமாடுபவர்களைக் காட்டியது. படிகளுக்குப் பதிலாக மெல்லச் சரியும் பாதை மாடிக்குச் சென்றது. அரங்கத்தின் நெற்றியில் UBM என்று நீல நியான் பகல் விரயமாக ஒளிர்ந்தது.

உள்ளே செல்லும் கதவு ஒருக்களித்துச் சார்த்தியிருக்க, அழைப்பிதழ்களைச் சோதித்து அனுமதித்துக் கொண்டிருந்தார்கள்.

'பாஸ், சினிமாக்காரங்க யாராவது வர்றாங்களா என்ன?'

'இல்லை, ஆளுநர், அமைச்சர்.'

'அதுக்கா இவ்வளவு பந்தோபஸ்து?'

வாசல் அருகில் ஒரு இளைஞன் நின்றுகொண்டு முதுகிலும் மாரிலும் தட்டி அணிந்துகொண்டு எல்லோரிடமும் துண்டுப் பிரசுரம் கொடுத்துக் கொண்டிருந்தான்.

கணேஷைப் பார்த்த அவன் கண்கள் சிவந்து கரிய முகத்தில் கனல்போல் இருந்தன. மௌனமாக, பொறுமையாக துண்டுப் பிரசுரங்களைப் பிரித்துப் பிரித்துக் கொடுத்துக்கொண்டிருந்தான்.

வஸந்த் அதை வாங்கிப் படித்தான். சிவப்பில் இரண்டு வரிகள் அச்சிடப் பட்டிருந்தன.

ஈழம் எரிகிறது, தமிழிரத்தம் சிந்துகிறது, இங்கே
அறுபது லட்சம் செலவில் அரங்கம் தேவையா?

'தேவைதாம் போலிருக்கப்பா' என்றான் நோட்டீஸ் வினியோகிப்பவனை நோக்கி. அவன் பதில் எதுவும் சொல்லாமல் வஸந்தை முறைத்துப் பார்த்து 'ஏகாதிபத்தியத் தரகர்களே' என்றான்.

'திட்றான் பாஸ்.'

'அவங்க கோபம் நமக்குப் புரியலை இன்னும்.'

'தமிழ் ஈழ விடுதலைக்கு மெட்ராஸ்காரங்களை உதவிக்கு எதிர் பார்க்கிறாங்க! ராஜேந்திர சோழன் மறுபடி பிறந்தாத்தான் உண்டு. நம்மவங்க அரை வேட்டியை உருவறவங்க.

'மயிலுக்குப் போர்வை தந்தவனின்
மரபில் வந்தவர்கள்
எங்கள் மேனியில் கிடக்கும்
கந்தல் சட்டையையும் கழற்றிக்
கொண்டு போகிறார்கள்'

அப்பிடின்னு மேத்தா சொல்றாப்பல...'

'அய்யா, உங்க அழைப்பிதழ்?'

'கார்ல இருக்கு.'

'மன்னிச்சுங்க. அதை சிரமம் பார்க்காம எடுத்துட்டு வந்துட்டிங்கன்னா நல்லது. அழைப்பிதழ் இல்லாம யாரையும் அனுமதிக்காதன்னு எனக்கு உத்தரவு.'

'நாங்க சிலோன் இல்லைங்க. தம்புச் செட்டித் தெரு.'

அப்போது அவ்வழியே மிதந்து சென்றுகொண்டிருந்த பெண் இவர்களைக் கவனித்து உடனே அவர்களை நோக்கி வந்து, 'மிஸ்டர் கணேஷ், எனி ப்ராப்ளம்?'

'உள்ளே விடமாட்டேங்கறாங்க. அவ்ளவ்தான் ப்ராப்ளம்.'

'உங்களையா! ஓ ஸில்லி. ஐம் வெரி ஸாரி. வாங்க வாங்க!'

'நான் ஆணையிட்டதைத்தான் செய்யறேன்மா' என்றான் துவாரபாலன்.

'இட்ஸ் ஓக்கே, வாங்க!' வஸந்த் அவளைக் கண்கொட்டாமல் பார்த்துக் கொண்டிருக்க, அந்த நவீனக் கட்டட அமைப்புக்கு அவள் சட்டை பாண்ட் உடை பொருத்தமாககத்தான் இருந்தது. வேண்டுமென்றே சற்று மிதித்துக் கொண்டு நடந்ததால் குலுங்கிய மார்பகங்கள் வஸந்தைப் படுத்தின. 'நான் உங்களை ஒண்ணு ரெண்டு கேக்கலாங்களா?' என்று தொடங்கிய வஸந்தைத் தடுத்து கணேஷ்,

'என்ன இவ்வளவு கெடுபிடி?' என்றான்.

'சிலோன் தமிழங்கதான்! அதுவும் மீனம்பாக்கத்துக்கு அப்புறம்...' குரலில் கான்வெண்ட் சாயம்.

'எதாவது பாம் ஸ்கேர் வந்ததா என்ன?'

'ஒண்ணும் சரியாச் சொல்ல மாட்டேங்கறாங்களே! யூ மஸ்ட் பி வஸந்த். ஐம் பீனா!'

'ஹாய் பீனா! உங்களை ஒரு டான்ஸ்ல பாத்திருக்கேன்.'

'ரொம்ப ஓல்டு! வேற ஏதாவது முயற்சி பண்ணிப் பாருங்க! கணேஷ், நீங்க உள்ளே போய் எங்க வேணா உக்காருங்க. ஸாரி ஃபார் த ட்ரபிள். விழா முடிஞ்சதும் பார்க்கலாம். போயிடாதிங்க' என்று புறப்பட்டுச் சென்றவளை வஸந்த் பார்த்துக் கொண்டு இருக்க, 'இவதான் பீனா! நம்மை இன்வைட் பண்ணவ. டிரஸ்ட் அமைக்கிறப்ப ஆடிட்டர் லீகல் அட்வைஸ் கேட்டிருந்தார். அப்ப சந்திச்சேன். ஷி இஸ் எ நாக் அவுட், இல்லை?'

'ஆடறேன் பாஸ். ஐ ஸ்வே. இந்த மாதிரியும் கட்டட அமைப்பு இருக்கா என்ன?'

'பட்டினத்தார் என்ன சொன்னார் தெரியுமா?'

'போங்க பாஸ். பட்டினத்தார் இவளைப் பார்த்திருந்தா எழுதினதை எல்லாம் இரண்டாம் பதிப்பு போட்டு திருத்திருவார்.'

'சொத்து எவ்வளவு இருக்குன்னு இவங்களுக்கே தெரியாது.'

'ரெண்டு மூணு பேரா?'

'உத்தம், பீனா ரெண்டு பேர்தான்! போட்டுக் குழப்பி ஒரு மாதிரி சட்டத்துக்குக் கண்ணில் மண் தூவறமாதிரி வரதாச்சாரி ஒரு டிரஸ்ட் போட்டிருக்கார். நஷ்டக்கணக்குக்கு இந்த அரங்கம்! அறுபது ஒய்ட்லயே!'

அரங்கத்துக்கு உள்ளே நுழையும்போது ஃபாயரில் இருந்த ஜெண்ட்ஸுக்குள் நுழைந்துவிட்டு வெளியே வந்த வஸந்த், 'ஒண்ணுக்குப் போகவே மனசு வரலை. ஏதோ மொகலாய அந்தப்புரம் மாதிரி இருக்கு. கை தட்டினா அடிமைப் பெண் ஜரீனா வருவா போல!'

உள்ளே நுழையும்போது சென்னையின் மேல்தட்டு மொத்தமும் சிகரெட் குடித்துக்கொண்டிருந்தது. ரோஜா நிறக் கம்பளத்தை செல்லமாக மிதித்துக் கொண்டே உள்ளே சென்றார்கள். அரங்கம் பிரமாதமாக, மேடை இடம் வலமாக இருநூறு அடியாவது இருக்கும்போல இருந்தது. அவர்கள் உள்ளே சென்றபோது முக்கால்வாசி நிரம்பியிருந்தது. கணேஷும் வஸந்தும் நடைபாதை அருகில் இரண்டு சீட்களில் உட்கார்ந்து சுற்றிலும் பார்த்தார்கள். தூரத்திலிருந்து வரதாச்சாரி கையை ஆட்டினார். மேலே அக்கவுஸ்டிக் நோக்கங்களுடன் அமைந்திருந்த தேன்கூட்டு அமைப்புகள் தாறுமாறாக இருந்ததுகூட ஒரு வகையில் கலை உணர்வுடன் இருந்தது. லேசாக எங்கிருந்தோ, உறுத்தாமல் அண்ணமாச்சார் கீர்த்தனங்கள் வழிந்து கொண்டிருந்தன. நீலத்தில் சத்தியமான வெல்வெட்டில் திரை திறந்து காட்டத் தயாராக இருந்தது. அதன்மேல் 'யூ பி டிரஸ்ட் முத்தமிழ்க் கலையரங்கம் திறப்பு விழா! வருக வருக!' என்று ஜரிகை எழுத்துக்கள் கடன் வாங்கிய வெளிச்சத்தில் பளிச்சிட்டன. முன் வரிசையில் பெரிய மனிதர்களின் வழுக்கைகளும் அவர்தம் மனைவிமார் வைரங்களும் தெரிந்தன.

கணேஷை நோக்கி ஒரு இளைஞன் வந்து, 'மிஸ்டர் கணேஷ்?'

'யா?'

'ஐம் உத்தம்! பீனா உங்களைப் பத்திச் சொன்னா? நாம மீட் பண்ணதில்லை. ஸாரி! கேட்ல எதோ கலாட்டாவாமே!'

'பரவாயில்லை. பீனா வந்து எங்களை அழைச்சுட்டு வந்துட்டா.'

'ஆர் யூ கம்ஃபர்ட்டபிள்?'

'யா.'

'டு யூ லைக் தி ஹால்?'

'ப்யூட்டிஃபுல். ரொம்ப அழகாக் கட்டியிருக்கிங்க.'

'எல்லாம் ஆர்க்கிட்டெக்ட் சீனிவாசனுக்கு க்ரெடிட்.'

'பணம் சப்ளை பண்ணணுமே.'

'திறப்புவிழா முடிஞ்சப்புறம் பார்க்கறேன்.'

அவன் போனதும் 'இவன் அவ பிரதரா?'

'கஸின் மாதிரியாம். ரெண்டு பேருக்கும் சொத்தில் க்ளெய்ம் இருக்கு. காம்ப்ரமைஸ் பண்ணிக்கிட்டு இருக்காங்க. ஏதோ கசமுசா இருக்குது.'

'அவன் போட்டிருந்த ஷர்ட் பாத்திங்களா - லேட்டஸ்ட் விமல் - அதும் பர்ள் கலர்ல பாண்ட். என்னவோ டி.வி. விளம்பரப் படத்தில் இருந்து வெளிய வந்தாப்பல! எல்லாத்துக்கும் மச்சம் பாஸ். ஆனா...'

'ஆனா?'

'ஆசாமி கொஞ்சம் டென்ஸா இருந்தாப்பல இல்லை? என்னதான் சிரிச்சுக்கிட்டு இருந்தாலும் உள்ளூர ஒருமாதிரி உதறலா இருந்தாப்பல. வரவேற்புரை எதாவது கொடுக்கணுமா இருக்கும்?'

'நானும் கவனிச்சேன். கை லேசா நடுங்கிக்கிட்டு இருந்தது.'

'ஒருவேளை கஞ்சா கிஞ்சா தேவையோ என்னவோ?'

'தாவாதே. பொண்ணைப் பார்த்ததும் என்ன தோணிச்சு?'

'ஆடிப்பூட்டேன் பாஸ். இவ்வளவு பணம் இருக்கு. ஒரு ப்ரா போட்டுக்கலாம் இல்லை?'

'ஆரம்பிச்சியா? வஸந்த். வர்றப்பா இன்னொரு முகத்தை கவனிச்சியா?'

'யாரு?'

'நோட்டீஸ் கொடுத்துக்கிட்டு இருந்தானே இலங்கைத் தமிழன்!'

'கவனிக்கலை பாஸ்.'

'அந்தாளும் ஒரு மாதிரி டென்ஸாத்தான் இருந்தான். என்னவோ நடக்கப் போவுது இங்க!'

'ஏதாவது சிக்கலை எதிர்பார்க்கறிங்களா? கெட்ட காரியத்தை?'

'போலீஸ் பாதுகாப்பு அதிகமாவே இருக்குது.'

'சிலோன் தமிழங்க பிரச்னை தீரும்ங்கறிங்களா?'

'கஷ்டம். ஒரு மெஜாரிட்டிக்கு மைனாரிட்டி காம்ப்ளெக்ஸ் இருக்குது!'

'யாருக்கு?'

'சிங்களவருக்கு! அவங்க மெயின்லண்டு தமிழர்களையும் சேர்த்துக்கறாங்க. இந்த சிங்கள-தமிழ்ப் பகை ரெண்டாயிரம் வருஷம் இருக்கிறதாச் சொல்றாங்க. காமினின்னு ஒரு சிங்கள அரசன் சோழ ராஜாவை எதிர்த்தபோது அந்தப் போரை சிங்கள இன எழுச்சியா சரித்திர ஆசிரியர்கள் வர்ணிக்கறப்ப ஆரம்பிச்சுது வினை! இதோ கவர்னர்...'

நிலமடந்தை நீராடும் கடலுடுத்ததற்குப்பின் பீனா சுருக்கமாக ஆங்கிலத்தில் வரவேற்புரை வாசித்தாள். அப்போதுதான் அமைச்சர் வந்து சேர்ந்தார். உத்தம் அதன்பின் அந்த அரங்கத்தின் சிறப்புக்களைப் பற்றி ஒரு சிறிய கட்டுரை

வாசித்தளித்தான். கவர்னர் ஆங்கிலத்தில் டமில் கல்ச்சர் பற்றி உரையாற்றினார். உத்தம் மேடையில் உட்கார்ந்து அமைச்சருடன் கைக்குள் ஏதோ பேசிக் கொண்டிருந்தபோது, அவனிடம் யாரோ ஒரு சீட்டைக் கொண்டுவந்து கொடுத்தார்கள். அதைப் பார்த்ததும் அவன் மந்திரியிடம் சொல்லிக்கொண்டு எழுந்திருந்து நழுவிச் சென்றான். அமைச்சர் நிதானமாகப் பேச ஆரம்பித்தார். இடது ஓரத்தில் உட்கார்ந்திருந்த பீனா அவன் போவதையே கண்கொட்டாமல் பார்த்துக்கொண்டிருப்பதை வஸந்த் பார்த்துக் கொண்டிருந்தான்.

'பாஸ், இந்த பொண்ணுகூட கொஞ்சம் டீப்புதான். கால் மேல் கால் போட்டுகிட்டு ராணியாட்டம்.'

அப்போது சப்தம் கேட்டது.

2

அந்த சப்தத்தைப் பலர் கேட்டிருக்க முடியாது. அரங்கக் கதவுகள் மூடியிருந்தன. வெளியே இடி இடித்தாலும் உள்ளே கேட்காதபடி அதன் சுவர்களுக்கு சிகிச்சை அளிக்கப் பட்டிருந்தது. இருந்தும் கணேஷ் அதைக் கவனித்திருந்தான். 'வஸந்த், உனக்குக் கேட்டுதா?'

'என்ன பாஸ்?'

'சப்தம், ஒரு மாதிரி டம்முனு...'

'எனக்கு மந்திரி ஒண்டிதான் கேக்குது பாஸ்.'

'கொடுத்துக் கொடுத்துச் சிவந்த கையைப் பார்த்துப் பொறாமைப் பட்டா உனக்கு இடுப்பு வேட்டி கெடைக்காது. அடுத்த வேளை சோறு கெடைக்காது தெரியுமில்லை? 'கொடுப்பது அழுக்கறுப்பான் சுற்றம் உடுப்பதூஉம் உண்பதூஉம் இன்றிக் கெடும்'னு வள்ளுவன் சும்மாவா சொன்னான்?' என்று அமைச்சர் சூடு பிடித்துக்கொண்டிருந்த வேளையில் ஆளுனரின் மெய்க்காப்பாளர் அவர் காதில் எதோ சொல்ல, ஒரு போலீஸ் அதிகாரி அமைச்சரிடம் சீட்டைக் கொடுக்க, அதை கவனித்த உடனே அவர், 'இத்துடன் என் சிற்றுரையை முடித்துக் கொள்கிறேன்' என்று உடனே கிளம்பிவிட்டார்.

'நன்றி நவிலல்' நிகழ்ந்துகொண்டிருக்கும்போதே விஐபிக்கள் நிமிஷமாக நழுவிவிட்டார்கள். கூட்டம் இத்தனை சீக்கிரம் முடிந்துவிட்ட பிரமிப்பு யாருக்கும் விலகாததால் எல்லோரும் இருக்கையில் அமர்ந்திருக்க, ஒரு போலீஸ் அதிகாரி மைக்கை ஆக்கிரமித்து 'எல்லாரும் இடது பக்க வாசல் வழியாகப் போங்க' என்றார். கூட்டம் மந்தமாகக் கலைய ஆரம்பித்தது.

வஸந்த் 'பாஸ், 'ரிப்ளி'ல போடவேண்டிய சமாசாரம். ஒரு அமைச்சர் மூணு நிமிஷத்தில் பேச்சை முடிச்சிருக்கார்.'

'சம்திங் ராங் வஸந்த். ஏன் மந்திரியை சின்ன வாசல் வழியா அழைச்சுட்டுப் போறாங்க? ஏன் மெயின் கேட்டு பக்கமா கூட்டத்தை விடலை?'

'சும்மா அரிஸ்டாட்டில் மாதிரி ஏன் ஏன்னு கேக்காதிங்க. வாங்க போய்ப் பாத்துரலாம்.'

இருவரும் மேடை நோக்கிச் சென்றனர். மக்கள் வெளியேறும் வாசல் வழியாகவே புதிய போலீஸ்காரர்கள் உள்ளே நுழைந்து கொண்டிருந்தனர். கணேஷ் பீனாவைக் கூப்பிட்டுப் பார்த்தான்.

'அந்தப் பக்கமெல்லாம் போகாதிங்க. எக்ஸிட் இந்தப் பக்கம் இருக்கு தில்லை.'

'வஸந்த் போலீஸ்காரரைப் பார்த்துப் புன்னகைத்து, 'நாங்க இதை ஏற்பாடு செய்தவங்களுக்கு தெரிஞ்சவங்க. அந்த அம்மாவைப் பார்க்கணும்.'

'அப்ப மேடை வழியா சாக்கிரதையாப் போங்க, ரொம்ப கண்ணாடி.'

'என்ன, ஏதாவது வெடிங்களா?'

'ஆமாங்க. இந்த சிலோன்காரங்ககூட பேஜாருங்க.'

'உயிர்ச்சேதம் எதுவும்?'

'ஒரு ஆள் போயிருச்சு. போய்ப்பாருங்க, சொந்தக்காரரு தப்பிச்சாரு.'

கணேஷும் வஸந்தும் துரிதமாக மேடையில் நுழைந்து ரோஜா இதழ்களை மிதித்துக்கொண்டு வெல்வெட் திரையை விலக்கி சிறு கதவு வழியாக அரங்கத்தை அணைத்துக்கொண்டிருந்த காரிடார் அங்கு வந்து முடிந்து படியிறங்கிய இடத்தில் வெளிப்பட்டார்கள். கண்ணாடித் தடுப்புக்களுடன் நவீனமாகக் கட்டிய ஆபீஸ் பகுதியில் போலீசார் நின்றுகொண்டு மற்றவர் களை அணுகாமல் தடுத்துக்கொண்டிருக்க வஸந்த் கர்ச்சீப்பை மூக்கில் மூடிக்கொண்டு 'பாஸ், என்ன வாசனை இது!' என்றான்.

'சம் எக்ஸ்ப்ளோஸிவ்! பாஸிப்ளி ஜெலாட்டின்.'

மொஸாய்க் தரை முழுவதும் கண்ணாடித் துண்டுகள் இறைந்திருக்க நடுவில் ஒரு ரத்தக் குதறல் தெரிந்தது. காலணிகள், கால்கள், இடுப்பு பெல்ட்வரை எல்லாம் தெளிவாக இருந்த அந்த உடலின் மேற்பாகம் உருத்தெரியாமல் செஞ்சிதறலாக இருந்தது. கணேஷ் கூரையைப் பார்க்க, அதில்கூட ரத்தக் கோலம் போட்டு சதைப் பிச்சல் ஒட்டிக் கொண்டிருந்தது. கண்ணாடிச் சுவற்றில் பொத்துவிட்டிருந்தது. செங்கற் சுவர் உடைந்த பகுதியில் பல்லவன் பஸ்கள் தெரிந்தன.

'மை காட், திஸ் இஸ் டெர்ரிபிள்.'

'ஆள் செத்துப்போயிட்டான்னு நினைக்கிறேன்! பல்ஸ் பாக்கலாம்னா கையை இல்லையே!'

கணேஷ் வஸந்தை முறைத்தான். 'அந்தம்மா எங்கய்யா?'

'தனியா அழைச்சுட்டுப் போயிருக்காங்க. நல்லவேளை, பின் பக்கமா வெடிச்சிருக்குது. ஹால்ல இருக்கறவங்களுக்கு சப்தம் கேக்கலியே. கேட்டிருந்தா சனங்க பயந்துபோய் மிதிச்சு அடிச்சுக்கிட்டு வெளிய போயிருந்தா நிறையப்பேர் செத்திருப்பாங்க.'

'இந்தாள் யாருங்க?' என்று வஸந்த் கீழே கிடந்தவனை காட்டினான்.

'யாரோ இங்க எலக்ட்டிரிக் வேலை பார்க்கறவராம். மலையாளி.'

'வஸந்த் அந்த உடலைப் பார்த்து, 'எல்லா மலையாளமும் மறந்து போயிருக்கும்' என்றான். கணேஷ் அவனை அதட்டி, 'வஸந்த் டோன்ட் பி ஸில்லி' என்றான். ஆபீஸ் அறைக்குள் கூட்டமாக இருந்தது. நடுவே தலையைப் பிடித்துக்கொண்டு உத்தம் உட்கார்ந்திருக்க அவன் சொல்வதை இன்ஸ்பெக்டர் குறித்துக் கொண்டிருந்தார். 'பத்து மணி, பத்து அஞ்சு இருக்கும். டெலிபோன் வந்தது. இந்த மாதிரி பாம் வெச்சிருக்கோம்.'

'பாம் வெச்சிருக்கோம்னு அவங்களே சொன்னாங்களா?'

'ஆமாம். என்னவோ அமைப்புன்னு சொன்னாங்களே.'

'விடுதலைப் புலிகள்?'

'இல்லை சார். வேற என்னவோ விடுதலை வீரர்கள்னு சொன்னாங்க.'

'ஆனா இலங்கையோட சம்பந்தப்பட்டது?'

'ஆமா, நிச்சயம் அவங்கதான், துண்டுப் பிரசுரங்ககூட வெளிய குடுத்துக்கிட்டு இருந்தாங்களே. இவ்வளவு தூரம் பாம் வெப்பாங்கன்னு எதிர்பார்க்கலை சார், அதைப் பார்த்திங்களா?'

'பாத்தம், பாத்தம். அமெரிக்க சரக்கு. ப்ளாஸ்டிக் பாம். டைம் ஃப்யூஸ் எல்லாம் இருக்குது. இந்தியாவில் செய்யறதில்லைங்க.'

'இந்தியாவில் செஞ்சிருந்தா வெடிச்சிருக்காது' என்றான் வஸந்த்.

'மீனம்பாக்கத்தில் வெடிச்சாங்களே அதே கோஷ்டியா?'

'சொல்ல முடியாது. இருந்தும் காலையில் நோட்டீஸ் கொடுத்தவங்களைக் கைது பண்ணிருவோம்னு தோணுது. பார்க்கலாம். உங்களுக்கு முன்னெச்சரிக்கை ஏதும் வரலை?'

'ஏதும் இல்லைங்க, அப்டி ஏதும் இருந்தா விழாவை நடத்தியிருப்பமா? கவர்னர், மினிஸ்டர் எல்லாம் கூப்ட்டு வெச்சிட்டு அவ்வளவு ரிஸ்க் எடுத்திருப்பமா? என்னங்க நீங்க! ஏதோ கடவுள் புண்ணியத்தில் தப்பிச்சம். இந்த ஹாலுக்கு யாரும் வரமாட்டாங்க! ஆரம்பமே இப்படின்னா?'

'நல்ல வேளை, வெளி ஜனங்களுக்கு அதிகம் தெரியலை.'

'கவலைப்படாதீங்க. மாலைப் பத்திரிகைகள்ல பிரபலமா வந்துரும்.'

உத்தமின் இடது கையில் பாண்டேஜ் சுற்றி கொஞ்சம் ரத்தக் கறை இருப்பது தெரிந்தது. 'கணேஷ்! என்ன நேரோ எஸ்கேப் பார்த்திங்களா? மயிரிழைல தப்பிச்சேன்! வெடிக்கிறதுக்கு ஒரு நிமிஷம் முன்னாடி என் கையில பொட்டி இருந்தது. குட்டி அதை வாங்கி சட்டுன்னு சன்னலுக்கு வெளியே எறியறதுக் குள்ளே... பாவம் குட்டி!'

பீனா தடுப்பறையிலிருந்து வெளியே வந்தாள். சிவந்திருந்த மூக்கு! கலங்கிய கண்கள். 'உத்தம் எப்டிம்மா இருக்க? கணேஷ், தாங்க்ஸ் ஃபார் கமிங். என்னை வீட்ல கொண்டு விட்டுருங்க. கார் ஓட்டற நிலையில இல்லை நானு. உத்தம், டாமேஜ் எவ்வளவு இருக்கும் கண்ணா?'

'ஃபர்கெட் தி டாமெஜ் பீனா! ஆள் பிழைச்சமே அதுவே பெரிசு. மிராக்கிள்! சிலோனுக்கும் எங்களுக்கும் என்ன சம்பந்தமோ! ஹூம்! இதனால யாருடைய அனுதாபத்தை அவங்களால பெற முடியும்?'

'பார்க்கலாம்' என்றார் போலீஸ் அதிகாரி. 'இதில என்ன பிராப்ளம்னா, இவங்களை அரஸ்ட் பண்ணி அதிகம் அதட்டவும் முடியலை. பொலிட் டிக்கல் ப்ரெஷர் அதிகமாயிருது.'

'எதுக்காக எங்க தியேட்டரை உடைக்கணும்? அதுவே புரியலையே!'

'அங்க ஸ்ரீலங்காவில் தமிழ்க்காரங்களை மாஸக்கர் பண்ணிக்கிட்டு இருக் காங்க! இங்க எதுக்கு ஆடம்பரமா கலை அரங்கம்னு ஒரு விதத்தில எதிர்ப்பா இருக்கலாம்.'

'இன்ஸ்பெக்டர் நீங்க யாரு கட்சி?'

'இல்லைங்க. அவங்க ஆர்க்யூமெண்டைச் சொல்ல வரேன். 'முத்தமிழ்'னு நீங்க போடாம இருந்தா ஒருவேளை உங்களை விட்டிருப்பாங்களோ என்னவோ? ஒண்ணும் சொல்ல முடியலிங்க. கூடிய விரைவில் கைது பண்ணிருவோம். அவங்க எதுக்காக வெடிச்சாங்க. யாருக்காக வெடிச் சாங்கன்னு வேணாம்னா கண்டுபிடிக்கலாம். ஆனா போன பணம் வராது.'

'பணம் வேண்டாங்க. ஆளை விட்டாப் போதும். பீனா, நீ இவர் கூடப் போயிருவியா?'

'போயிடரேன் உத்தம். ஆனா 'அது' இருக்கு.'

'இன்ஸ்பெக்டர், பாடியை நீக்கிட்டிங்களா?'

'இன்னம் இல்லை. வண்டி வரனுமில்லை. அம்மா, உங்களுக்குப் பார்க்க பயமா இருந்தா கண்ணை மூடிக்கிட்டு போயிருங்க. மிஸ்டர் கணேஷ், அழைச்சுட்டுப் போயிருங்க. பை தி வே, ஐம் இன்ஸ்பெக்டர் பாண்டியன். கணேஷ், உங்களை நான் சந்திச்சிருக்கேன். எங்கன்னு யோசிச்சுப் பாருங்க.'

'உடனே சொல்ல முடியலிங்க' என்றான் கணேஷ்.

'வஸந்த், உங்க தோளைப் புடிச்சுகிட்டு நடக்கிறேன், அந்த இடத்தைக் கடக்கறவரைக்கும்!'

'அது என் பாக்கியம்' என்றான் வஸந்த்.

கணேஷ் புறப்பட பீனா நிஜமாகவே வஸந்தின் தோளைப் பிடித்துக்கொண்டு தான், கண்ணை மூடிக்கொண்டுதான் அந்த உடலைக் கடந்தாள்.

'ரொம்பப் பயமா இருந்தா கட்டிப் பிடிச்சுக்கங்க. பரவாயில்லை. ஏன்னா மேம்பாகம் பூரா குதறி வெச்சாப்பல சிவப்பில காலிஃபிளவர் மாதிரி இருக்கு...'

'வஸந்த், ப்ளீஸ் வேண்டாம். பயப்படுத்தாதிங்க. எனக்கு இப்பவே ஒரு வாரம் தூக்கம் வரப்போறதில்லை.'

'குட்டிக்கும் இலங்கைத் தமிழர் பிரச்னைக்கும் என்ன சம்மந்தம்? பாவம் குட்டி வந்து மாட்டிக்கிட்டான் பலி ஆடு மாதிரி... பாதி குட்டிதான் இருக்குது... மீதி...'

'வஸந்த்!' என்று கணேஷ் அதட்டினான். அவர்கள் உடலைக் கடந்து படிகளில் இறங்க, 'யோசிக்க யோசிக்க ஒரு பெரிய சம்பவம் தவிர்க்கப்பட்டிருக்கிறது. மந்திரிக்கோ, கவர்னருக்கோ ஏதாவது ஆயிருந்தா...'

'அதைத்தான் அவங்க விரும்பினாங்களோ என்னவோ? இங்கயே நில்லுங்க, காரை எடுத்து வரேன்.'

'மறக்கறதுக்கு ஒரு ஜோக் சொல்லட்டுமா?'

காரை கணேஷ் வெளி அரங்கத்து வாசலுக்குக் கொண்டு வந்தபோது, அரங்க முகப்பு காலியாக இருந்தது.

இங்கே ஒரு வெடி விபந்து நடந்திருக்கிறது என்று யாருமே சொல்ல முடியாதபடி அமைதியாக இருக்க ஒரு போலீஸ் ஜீப்பில் அந்தத் துண்டுப் பிரசுர இலங்கைத் தமிழனை அழைத்து வந்தனர்.

3

காலையில் துண்டுப் பிரசுரம் கொடுத்துக்கொண்டிருந்த உக்கிரமான இளைஞனை சவுக்கம் போடாமல் சற்று மரியாதை யாகவே அழைத்துக்கொண்டு வந்தனர். கணேஷும் வஸந்தும் கடப்பதைக் கவனித்த அவன் பார்வையில் தீர்மானம் இருந்தது. பீனா அவனைப் பார்த்ததும் கொஞ்சம் சைடு வாங்கினாள். 'பயப்படாதீங்க, கடிக்கமாட்டாங்க' என்றான் வஸந்த்.

ஜீப்பிலிருந்து இறங்கினவனுக்கு முழுப் பாதுகாப்பும் இல்லாத தால் உடனே பீனாவை நோக்கி வந்தான். 'வஸந்த் காப் பாத்துங்க! பயமா இருக்கு!' என்றாள்.

'கவலைப்படாதீங்க. ஒண்டும் செய்யமாட்டன். நீங்கதானே இந்த அரங்கத்துக்கு ஓனர்?' என்று அயல்நாட்டுத் தமிழன் கேட்டான்.

'பாதி ஓனர்' என்றாள் பயத்துடன்.

'உங்க கூடத்தான் கதைக்கணும்.'

பீனா புரியாமல் வஸந்தைப் பார்க்க அவன் 'கதைங்க' என்றான்.

'உங்கட பண நஷ்டத்துக்கு எண்ட இயக்கத்தின் சார்பிலும், என்ர சார்பிலும் ஆயிரம் மன்னிப்புக்கள். தமிழ் ஈழம் இண்டைக்கில்லை, நாளைக்கு வரும்! ஈழத்துத் தமிழர்கள் மான மாய்ச் சீவிக்கும் வேளை வரத்தான் போவது. ஓம். அண்டைக்கு உங்கள் நஷ்டத்துக்கு ஈடு கொடுக்க ஏலும். ஒண்டும் மனசில வெச்சுக்க வேணாம்!'

பாண்டியன், 'அப்படின்னா, வெடி வெச்சது நீங்கதானா கும ரேசன்?'

'ஓம்' என்றான்.

'இதனால உங்க பேர்ல இரக்கம் வருங்கறிங்களா?'

'இரக்கம் எங்களுக்குத் தேவையில்லை.'

'பின்னே என்ன வேணும் உங்களுக்கு?'

'கவனம்' என்றான். 'வெல்வெட்டித்துறையிலும் பாயிண்ட் பெட்ரோவிலும் இன்றைக்கு நடக்கிறது தெரியுமா?'

வஸந்த், 'நண்பனே, அங்க நடக்கிறது அக்கிரமம்தான். கேள்வி கேட்காம ஒப்புத்துக்கறோம். ஆனா, நீங்க அதுக்காக மோபரிஸ் ரோடில வெடி வெக்கிறதால என்ன லாபம்? உடனே அம்மா மிலிட்டரியை அங்க அனுப்புவாங்கன்னு நினைப்பா?'

பாண்டியன், 'பங்களாதேஷ்ல அனுப்பிச்சமே' என்றார்.

'அது பிராப்ளம் வேறங்க! தாங்க முடியாத அகதி வெள்ளம்! சரி சரி, இப்ப இந்த அரங்கம் தப்பிச்சுது. அடுத்தது என்னங்க உங்க ஆக்டிவிட்டி?'

'சொல்லமாட்டோம்' என்றான் அந்த ஈழத்தமிழன்.

கணேஷ் அந்த இளைஞன் முகத்தில் இருந்த தீர்மானத்தையும் ஆர்வத்தையும் கவனித்து அவன் கையைக் குலுக்கி, 'பெஸ்ட் ஆஃப் லக்!' சொல்லிவிட்டுப் புறப்பட,

வஸந்த், 'போயிற்றுவாறன்' என்று சொல்லிவிட்டு, 'வாங்க பாஸ், இதைப் பற்றி அப்புறம் கதைக்கலாம்' என்றவன், பீனாவைப் பார்த்து,

'பீனா, வாங்க ஒரு ஓட்டல்ல போய் ஒரு கோப்பை தேத்தண்ணீர் அல்லது றீ...'

'ஷட் அப் வஸந்த்' என்றான் கணேஷ். காரைக் கிளப்பி முன் கதவைத் திறந்து பீனா ஏறிக்கொள்ளப் புறப்பட்டான்.

'என்ன பாஸ், என்ன இயக்கம்! குட்டி செத்துப் போனான். என்னத்தை சாதிச்சுட்டாங்க?'

'பேப்பர்ல வருமே! கவனிக்க வேண்டியவங்க கண்ணில படுமே.'

'கவனிக்க வேண்டியவங்க யாருங்க?'

'பீனா, உங்களுக்கு, பை எனி சான்ஸ், பி.எம்.மைத் தெரியுமா?'

'போஸ்ட் மாஸ்டரா?'

'நாசமாப் போச்சு. உங்களுக்குண்டெண்டால்...'

'வஸந்த்! இன்னொரு தடவை இலங்கைத் தமிழ்ல பேசின, இறக்கி விட்டிருவேன்! ஃபர் ஹெவன்ஸ் ஸேக், பி ஸீரியஸ் ஐ ஸே! அவங்க எப்படிப்பட்ட தீவிரவாதிங்க, எவ்வளவு டெஸ்பரெட்டா இருக்காங்க!

எத்தனையோ சொல்லிப்பாத்து சொல்லிப்பாத்து நொந்து போயிருக்காங்க. அவன் சொன்னானே பாயிண்ட் பெட்ரோ, அங்க என்ன நடக்குது தெரியுமா? உனக்குத் தெரியுமா? பேப்பர் படிக்கிறியா?'

வஸந்த், கணேஷை கார் கண்ணாடி மூலம் பார்த்தான்.

'தெரியும் பாஸ், பாயிண்ட் பெட்ரோதானே? அங்க லவுட் ஸ்பீக்கர்ல பதினெட்டிலிருந்து இருபத்தஞ்சு வயது தமிழ் இளைஞர்களையெல்லாம் ஐடெண்டிட்டி கார்டை செக் பண்ணணும்னு அறிவிச்சுட்டு அழைச்சுட்டுப் போனாங்க. கால் பாகம் திரும்பி வரவேயில்லை. ராஜலட்சுமின்னு ஒரு அம்மா. மகன் பேரு விலாஸ். போனவன், திரும்பலை. விசாரிச்சா, யாழ்ப் பாணம் ஆஸ்பத்திரின்னாங்க. அங்க போனா கொழும்பு ஆஸ்பத்திரின் னாங்க. அந்தத் தாய் விடாம கொழும்பு ஆஸ்பத்திரிக்கும் போயிருக்காங்க. விலாஸைப் பார்த்தாங்களாம். 'உடம்பு சரியில்லாம' செத்துப் போயிட் டான்னு முகத்தை மட்டும் காட்டியிருக்காங்க. உடல் பூராவும் மூடியி ருக்குது. அந்த அம்மா ஓடிப்போய் திறந்திருக்காங்க... என்ன பாஸ் மேல சொல்லட்டா?'

'வேண்டாம் வஸந்த்' என்றாள் பீனா. கணேஷ் சாலையில் கவனமாக, மௌனமாக, அவனைத் தோளில் தொட்டான்.

'எனக்கும் அனுதாபம் உண்டு பாஸ். வெளிய சொல்லிக்கிறதில்லை. அவ்வளவுதான்.'

மூவரும் டிரைவ் இன்னில் தேத்தண்ணீர் அருந்திக் கொண்டு இருக்க, 'இந்தப் பிரச்னைக்கு இப்போதைக்கு தீர்வு இல்லை பாஸ். ரெண்டு பேரும் பிடி வாதமா இருக்காங்க. பீனா, உங்க கையைக் காட்டுங்க' என்று அவள் கையைப் பிடுங்கிக் கொண்டு, 'தனரேகை பளிச்சுன்னு இருக்கு. அதான் செழிப்பு! உங்க பிறந்த தேதி என்ன? வெயிட்! சொல்லாதிங்க, மகர ராசியா இருக்கும். கரெக்ட்?'

'கரெக்ட்! எப்படிக் கண்டுபிடிச்சிங்க?'

'உங்களுக்கு வந்து இலக்கண அறிவு, சங்கீத ஞானம், ஆடல் பாடல் திறமை, இனிமையான பேச்சு எல்லாம் இருக்குமே...'

'கரெக்ட்.'

'பீனா, இவன் சொல்றது அத்தனையும் புருடா! இவன்கிட்ட கையைக் காட்டறதே தப்பு. அப்புறம் கொஞ்சம் கொஞ்சமா கன்னத்தைக் காட்டு, மூக்கைக் காட்டுன்னு முன்னேறிருவான்.'

'தெரியும் மிஸ்டர் கணேஷ். ஐம் வாட்சிங் தி ஃபன்! வஸந்த், இந்த மாதிரி டெக்னிக்கெல்லாம் இந்தக் காலத்துப் பெண்களிடத்தில் செல்லாது. தெரியுமில்லை?'

'நீங்க என்ன பேசறிங்கன்னே புரியலை! எனக்கு ஜோசியத்தில நிஜமாகவே நம்பிக்கை உண்டு. வராஹமிஹிரருடைய ப்ருகத் ஜாதகத்தில்-'

'இவன் உருப்படவே மாட்டான், பீனா. மொத்தம் அந்த அரங்கத்துக்கு எத்தனை ஆச்சுன்னு உத்தம் சொன்னாரா?'

'நாப்பத்தெட்டு. அக்கவுண்டிலேயே ஆயிருக்கும். காஷா ஒரு பன்னிரண்டு ஆயிருக்கும். இந்த அரங்கத்துக்கு என்னவெல்லாம் பிளான் போட்டு வச்சிருந்தேன். நாடகம், சங்கீதக் கச்சேரி, ஆர்ட், ஃபிலிம் தியேட்டர்னு! எனக்கு இப்பக்கூட புரியலை கணேஷ். எதுக்காக ஒரு தனியார் தொடங்கற அரங்கில் வெடி வெக்கணும்? இதனால என்ன பப்ளிஸிட்டி கிடைக்கப் போறது? இப்ப மீனம்பாக்கத்திலயே வெச்சாங்களே...'

'அதெல்லாம் ஆள் சேதம் அதிகம் ஏற்படறது.'

'இதில மட்டும் ஆள் சேதம் ஏற்பட்டிருக்காதோ? மீட்டிங்ல ஏறக்குறைய அறுநூறு பேர் இருந்தாங்க தெரியுமோல்லியோ?'

'செத்தது ஒரு ஆள்தான்.'

'பாண்டியன் அவங்க அனுதாபி போலத் தோணுது.'

'பாண்டியன் மட்டும் இல்லை. தமிழ்நாட்டில உள்ள ஒவ்வொரு தமிழனும் தான் ஒன்றும் செய்ய முடியலையேன்னு வருத்தப்படறாங்க. அவ்வளவ் தான்.'

'அந்தக் குட்டியோட ஃபேமிலிக்கு ஏதாவது உதவி செய்யணும் கணேஷ். அருகில் உள்ள துக்கம்தான் எனக்கு முக்கியமாப் படுது.'

'இதென்ன வீடா இல்லை மாளிகையா? வாசல்ல ஈட்டி வெச்சுக்கிட்டு யாரும் நிப்பாங்களா?' என்றான் வஸந்த். கார் அந்த காம்பவுண்டுக்குள் வளைந்து சென்றது.

பீனா சிரித்து, 'அதெல்லாம் இல்லை. பணத்தை வெச்சுக்கிட்டு என்ன செய்யறதுன்னு உத்தம் தவிக்கிறான். கொஞ்சம் பகட்டு பிடிக்கும் அவனுக்கு.'

'எங்கிட்ட கொஞ்சம் தள்ளறது. இன்கம்டாக்ஸ்காரங்க எப்படி விட்டு வெச்சாங்க?'

'எல்லாம் ஆடிட்டர் சாகசம்' என்றான் கணேஷ். 'வீட்டில யாரும் இல்லையா?'

'இல்லை. எல்லோரும் கலையரங்கத்திலே இருப்பாங்க.'

'நான் வேணா துணைக்கு இருந்துட்டு அரைமணி கழிச்சு வரேனே பாஸ்?'

'இல்லை மிஸ்டர் வஸந்த். தாங்க்ஸ், நான் சமாளிச்சிக்கிறேன்.'

'பயப்பட மாட்டிங்களே; நெஞ்சு படக் படக்குனு அடிச்சுக்காதே?'

'இல்லை, நீங்க போங்க' என்று சிரித்தாள்.

'இந்த மாதிரி சிரிச்சா எனக்குத்தான் அடிச்சுக்குது!'

'உங்க வஸந்த் என்னல்லாம் முயற்சி பண்றார் கணேஷ்!'

‘இவங்கிட்ட நான் சொன்னாப்பல கொஞ்சம் ஜாக்கிரதையாவே இருங்க. ஜோஸ்யம் பார்ப்பான், கைரேகை பார்ப்பான், ஃப்ரீனாலஜிம்பான். எல்லாம் ரொம்ப நம்பகமாப் பேசுவான்!’

‘தெரியுது’ என்றாள் பீனா.

‘சேச்சே... பாஸ் வார்றாரு. எங்கிட்ட பெண்கள் கல்லூரியையே ஒப்படைச் சிருக்காங்க!’

‘விடுமுறைம்போது!’ என்று கணேஷ் காரைக் கிளப்பிப் புறப்பட்டான்.

உத்தம் பீனா கலையரங்கச் சம்பவத்தை அதன்பின் மறந்துபோய் விட்டார்கள். ஒரு வாரம் ஒரு கேஸ் இழுத்தடித்தது. வஸந்த் தினசரியில் அந்தச் செய்தி வந்திருந்ததை மட்டும் கணேஷிடம் காட்டினான்.

> ஈழத்தமிழ் விடுதலை இயக்கத்தினர் இந்தச் செயலுக்கு முழுப்பொறுப்பும் ஏற்றிருக்கின்றனர். அவர்கள் இன்னும் ஒரு ஆண்டுக்குள் இந்தியாவி லிருந்து எவ்விதமான உதவியும் கிடைக்கவில்லை எனில் இதைக்காட்டிலும் தீவிரமான செயல்பாடுகளில் இறங்கவேண்டி வரும் என்று இயக்கத்தின் செயலாளர் திரு. பரந்தாமன் சொன்னார்...

‘உதவின்னா அவங்க என்ன மீன் பண்றாங்க?’

‘படையெடுப்புத்தான்.’

‘இம்பாஸிபிள். தமிழங்களுக்கு பாலஸ்தீன விடுதலை இயக்கம் உதவி செஞ்சாத்தான்!’

‘பி.எல்.ஓ. எங்க வரும் பாஸ்?’

‘ஏன், அவங்க இஸ்ரேல்கிட்ட போனா இவங்க... டெலிபோன் மணி அடிக்க அதை எடுத்தவன், ‘என்ன பீனா, சொல்லு’ என்றான் கணேஷ். கேட்டுக் கொண்டிருந்த முகம் மாறியது.

‘இஸ் இட்? நான் உடனே வர்றேன். அங்கேயே இரு. ஓ எஸ், சுமதி ஆஸ்பிட்டல்ல... வர்றேன்... உடனே வர்றேன்!’

‘என்ன பாஸ், எதாவது பீனாவுக்கு?’

‘பீனா இல்லை, உத்தம். இன்னொரு வெடிவிபத்து!’

‘போய்ட்டானா?’

‘போய்ப் பார்க்கணும்.’

4

காரில் செல்லும்போது கணேஷின் முகத்தில் கவலை ரேகைகள்.

'என்ன பாஸ்?'

'மறுபடி வெடி! இந்த முறை கார்ல. ஆளு தப்பிச்சிருக்கான் போலிருக்கு. எத்தனை சேதம்னு சொல்லவில்லை.'

'சில சமயம் தப்பிக்காம விபத்தில போயிர்றதே பெட்டர்னு ஆயிரும். கைகால் போயி, பாதி வெந்து, இந்த முறையும் இலங்கையா?'

'தெரியலை. ஆஸ்பத்திரி போனாத்தான் தெரியும்.'

ஆஸ்பத்திரி என்று அதைச் சொல்ல முடியாது. ரிஸப்ஷன் பகுதியெல்லாம் நட்சத்திர ஓட்டல் போலத்தான் இருந்தது. பெண்கள் ஆரோக்கியமாக இருந்தார்கள். இடது கையால் எழுதிய பெண் அவர்களை வார்டு நம்பர் ஒன்பதுக்கு அனுப்பினாள். டாக்டர்கள் சினிமாவில்போல பளபளவென்று ஸ்டெத்துடன் உலவினார்கள். லிஃப்ட்டில் இருந்த ஒலிபெருக்கி 'பேஜிங் ஃபர் டாக்டர் கோவிந்தராஜ்! என்றது.

மௌனமாக கண்ணாடித் தடுப்புக்களால் பிரிக்கப்பட்ட தனித் தனி அறைகளாக இருந்த ஒன்பதாவது வார்டில் உத்தமின் அறை வாசலை நோக்கி அவர்கள் நடக்க...

'இது என்ன ஆஸ்பத்திரியா, இல்லை ஓட்டலா?'

'பணம் புடுங்கி ஆஸ்பத்திரியெல்லாம் இப்படித்தான் இருக்கும்.'

ஒரு நர்ஸ் அவர்களைக் கடந்தாள்.

‘ஒவ்வொருத்தியும் விண்ணு விண்ணுன்னு ஊட்டம். அக்கடான்னு இங்க வந்து படுத்துக்கலாம்போல இருக்கு. ஜெனரல் ஹெல்த் செக் அப்!’

‘அதுக்கும் இங்க வசதி உண்டு. ஆனா எக்ஸ்பென்ஸிவ்!’

உத்தமின் அறை வாசலில் பீனா கவலையுடன் காத்திருந்தாள். ‘ஏங்க இன்னொரு விபத்தா?’

‘ஆமாம் மிஸ்டர் வஸந்த். கார்ல போயிட்டிருக்கிறபோது வெடிச்சிருக்கு. தப்பிச்சதே தெய்வாதீனம்.’

‘என்ன பேஜாராப் போச்சு இவங்ககூட! ஒருமுறை வெடிச்சாங்களே, போதாதோ? அப்றம் இதே பழக்கமாப் போயிடும்.’

உள்ளே உத்தம் மையமாகப் படுத்திருந்தான். வலது காலில் பெரிதாக பாண்டேஜ் போட்டிருந்தது. படுக்கையருகே மலர்க்கொத்து. எதிரே கலர் டெலிவிஷன். ‘வாங்க கணேஷ். மயிரிழையில் தப்பிச்சேன். இது ரெண்டா வது தடவை!’

உத்தம் கலங்கித்தான் போயிருந்தான். அவன் கண்களில் ஸ்திரமாக பயமிருந்தது.

‘யூ ஆர் வெரி லக்கி உத்தம் கண்ணா.’

‘மிஸ்டர் கணேஷ்! எதுக்காக எங்கமேலயே இந்த அட்டாக்!’

‘எனக்குச் சொல்ல முடியலை மிஸ்டர் உத்தம்.’

‘ரெண்டு மூன்று செகண்ட் தாமதிச்சிருந்தா செத்திருப்பேன். மிராக்குலஸ்.’

‘கால்ல எங்க அடி?’

‘ஷின் போன்ல. அடியைவிட அதிர்ச்சிதான் அதிகம் எனக்கு. மிஸ்டர் கணேஷ், என்ன கோபம் இது. நாங்க ப்ரைவேட்டா கலையரங்கம் கட்டினா இவங்களுக்கு என்னா? அபத்தமான்னா இருக்குது.’

பீனா, ‘எனக்கு என்னவோ இந்த கனெக்‌ஷனே புரியலைங்க’ என்றாள்.

‘எங்களுக்கும்கூட புரியலைங்க’ என்ற வஸந்த், ‘நீங்க எப்பவாவது சிலோன்ல இருந்திருக்கிங்களா உத்தம்?’ என்றான்.

‘இல்லையே.’

‘உங்க முன்னோர்கள்? தாத்தா, பாட்டி, கொள்ளுத்தாத்தா எள்ளுத்தாத்தா?’

‘இல்லையே, ஏன்?’

‘எங்கயாவது மாத்தளை, வல்வெட்டித்துறைன்னு யாராவது உங்க குடும்பத்தவங்க இருந்து ஒரு அழகான ஏழைப்பெண்ணை கல்யாணம் பண்ணிக்கிறேன்னு சொல்லி அவளை தன்னிலை இழக்கச் செய்து அவ கர்ப்பமாகி...’

'வஸந்த், சீப் நாவல்ஸ் நிறைய படிப்பீங்க போல?'

'சீப் நாவல்கள்ல வர்ற மாதிரித்தான் அபத்தமா இருக்குதே, பொருந்தலியே!'

'என்ன பொருந்தலை?' என்று இன்ஸ்பெக்டர் பாண்டியன் உள்ளே நுழைந்தார். 'உத்தம், எப்படி இருக்கிங்க? எக்ஸ்ரே எடுத்துப் பார்த் தாங்களா?'

'ஷேக்கன்! இன்ஸ்பெக்டர், சாயங்காலம்தான் தெரியும் எக்ஸ்ரே!'

'அந்த வெடிகுண்டு உங்க கார்ல பானெட்டுக்குள்ள வெச்சிருக்காங்க. டயம் ஃப்யூஸ் வெச்சிருக்குது. கலையரங்கத்தில் வெடிச்ச அதே டைப்புதான். உங்களுக்கு போன்கால் ஏதும் வந்ததா?'

'இல்லையே.'

'பீனா உங்களுக்கு?'

'இல்லை சார்.'

'பாண்டியன், இதுகூட ஈழ விடுதலைக்காரங்க வேலைதானா?'

'திட்டவட்டமாத் தெரியலைங்க. குண்டு அதே வகை. குமரேசனை விசாரிக்கணும். முதல் கேஸே இன்னும் விசாரிச்சபாடில்லை. ஒருமாதிரி ஆளுங்க. ரொம்ப டெஸ்பரேட்டுங்க! என்னவோ கசாமுசா பண்றாங்க தீவிரவாதிங்க. நம்ம தாவு தீந்து போவுது. கணேஷ், பாருங்க, அந்த அரங்க மாவது மந்திரி வராரு, கவர்னர் வராரு, பொது இடத்தில் மக்கள் கவனத்தைக் கவர்றதுக்காக வெடி வெச்சாங்கன்னு காரணம் பொருத்தமா இருக்குது. இந்த ஆளு கார்ல வெடி வெக்கறதில என்ன லாபம்?'

'அவங்கதான்னு தீர்மானமா தெரிஞ்சா அபத்தம்தான்.'

'உத்தம், உங்களுக்கு வேற யாராவது எதிரிங்க உண்டா?'

'ஏன்?'

'ஏன்னா இதை ஒரு காரணமா வெச்சுக்கிட்டு வேற யாராவது உங்களைக் கொல்ல விரும்பறாங்களா?' என்றார் பாண்டியன்.

'அதையேதாங்க நானும் கேட்டுக்கிட்டு இருந்தேன்' என்றான் வஸந்த்.

'அப்படி ஒருத்தருமே இல்லையே. வஸந்த், நான் என்ன செய்வேன்?' என்றான் உத்தம்.

'உங்க சொத்துக்கு தகராறு எதாவது?'

உத்தம் பீனாவைப் பார்த்து புன்னகைத்தான். பீனாவே தொடர்ந்தாள்.

'இது வந்து, எனக்கும் உத்தமுக்கும் சொத்து தகராறு இருந்தது என்னவோ உண்மைதான். கோர்ட்டுவரை போய், அவுட் ஆஃப் கோர்ட் செட்டில் பண்ணிகிட்டோம்.'

‘அய்யோ, நான் உங்களைச் சொல்லலைங்க’ என்றார் பாண்டியன்.

‘எதுக்கும் அந்த இலங்கை இயக்கத்து குமரேசனை விசாரிச்சப்புறம் கொஞ்சம் தெளிவாகும்னு நினைக்கிறேன். உத்தம், டேக் ஸம் ரெஸ்ட். நான் திரும்பி வந்து பார்க்கிறேன். என்ன மிஸ்டர் கணேஷ், உங்களுக்கும் ஏதாவது தோணிச்சுனா சொல்லுங்க.’

‘ஒண்ணுமே தோணலிங்க. முதல் முறை புரிஞ்சுது. இரண்டாவது முறை புரியலை.’

பாண்டியன் சென்றதும் உத்தம் அவர்களை படுக்கை அருகில் உட்கார வைத்தான்.

‘நீங்க ஓய்வெடுத்துக்கங்க. பீனா டெலிபோன் மூலம் சொன்னபோது, ரொம்ப சீரியஸாக்கும்னு நினைச்சேன்’ என்றான் கணேஷ்.

‘சீரியஸ் ஆயிருக்கும் கணேஷ்! நான் உங்களை வரவழைச்சது அதுக்கில்லை. பீனா, நான் கணேஷ்கூடத் தனியாப் பேசணும்.’

வஸந்த், ‘அதுக்கென்ன, நாம பேசிக்கிட்டிருக்கலாம் பீனா, வாங்க’ என்றான். அவர்கள் இருவரும் வெளியே செல்ல, ‘பீனாவுக்குத் தெரியப்படுத்தினா ரொம்ப பயந்துப்பா. அதுக்காகத்தான் வெளியே போகச் சொன்னேன். இதப் பாருங்க’ என்று தலையணைக்குக் கீழ் மடித்து வைத்திருந்த கடிதத்தை எடுத்துக் கொடுத்தான். கசங்கியிருந்த அந்தக் கடிதத்தில் ஒரே ஒரு வரி டைப் அடித்திருந்தது.

‘6-ந் திகதிக்குள் முடிப்போம். இம்முறை குறிதப்போம். ஈவி.’

‘நல்லவேளை, பீனா இதைப் பார்க்கலை. இதுக்கு என்ன அர்த்தம்?’

கணேஷ் அதை மறுபடி பார்த்துவிட்டு, ‘நீங்க நினைக்கிற அர்த்தம்தான்!’

‘அப்ப மறுபடி என் மேல இன்னொரு முயற்சி இருக்குங்கறிங்களா?’

‘பாண்டியன்கிட்டக் காட்டிட்டிங்களா?’

‘இன்னம் இல்லை.’

‘காட்டிருங்க. போலீஸ் இந்தக் கடிதத்தை உன்னிப்பா ஆராய்ந்து ஏதாவது கண்டுபிடிப்பாங்க. அவங்களுக்கு அந்த வசதியெல்லாம் இருக்குது. ‘திகதி’ங்கறது இலங்கைதான்!

‘கணேஷ், இதை பீனாகிட்ட சொல்லலாமா, வேணாமான்னுட்டு தயங்கிகிட்டு இருக்கேன்.’

‘அவங்ககூட யார் இருக்காங்க?’

‘அப்பா அம்மா இல்லை. வேலைக்காரி பொண்ணு மட்டும்தான் இருக்குது. சித்தப்பா ஒருத்தரை வரச் சொல்லியிருக்கேன்.’

‘அதுவரைக்கும் சொல்லவேண்டாம்.’

'நீங்களே தீர்மானிச்சு, தேவைப்பட்டா சொல்லிருங்க! எனக்கு உள்ளூர பயமாத்தான் இருக்குது. ஈழ விடுதலைக்கும் எங்க குடும்பத்துக்கும் எதும் சம்பந்தம் இல்லை! என்ன போங்க! எல்லாமே ஒரே குழப்பமா இருக்குது. இந்த ஆஸ்பத்திரியில பந்தோபஸ்து அதிகம்னுதான் வந்து படுத்துக் கிட்டேன். செக் பண்ணாம விசிட்டர்ஸை அனுமதிக்க மாட்டாங்க. கணேஷ், உங்களுக்கு என்ன தோணுது?'

'உங்களை யாரோ கொல்ல முயற்சி பண்ணிக்கிட்டு இருக்காங்கன்னுதான்.'

'யாரோவா, ஈழ விடுதலை இயக்கமா?'

'அதுக்கும் உங்களுக்கும்தான் சம்பந்தமே இல்லையே! மன்றம் கட்டினதுக்காக வெடி வெச்சா ரொம்ப ரொம்ப அதிகப்படியான தண்டனை!'

'என்ன பண்றதுன்னே புரியலை.'

'நீங்க எந்த முடிவுக்கும் வராதீங்க. பாண்டியன் மறுபடி அந்த குமரே சனையோ கதிரேசனையோ விசாரிக்கட்டும். விசாரிச்சு இரண்டாவது சம்பவத்துக்கும் அந்த இயக்கம்தான் காரணம்னு தீர்மானமாத் தெரிஞ்சப் புறம் இந்த ஆஸ்பத்திரியை விட்டு விலகுங்க. உடனே இந்த சீட்டை பாண்டியன்கிட்ட காட்டி போலீஸ் பந்தோபஸ்து கேளுங்க. சும்மா இருந்து ராதிங்க.'

'பீனாவுக்கு பாதுகாப்பு ஆள் வரவரைக்கும் நீங்க அவளை உங்க கூட வெச்சுக்க முடியுமா?'

'பார்க்கலாம்' என்றான் கணேஷ்.

'என்ன, பேசியாச்சா' என்று பீனாவும் வஸந்தும் வந்தனர்.

'கணேஷ், இவர் ஆனாலும் அநியாயம்! ஜோக்குன்னா இப்படியா?'

'பீனா, நீங்க கொஞ்ச நாளைக்கு எங்ககூட இருக்கிறது நல்லதுனு தோணுது.'

'ராஜ் சித்தப்பா வர்றவரைக்கும் பீனா' என்றான் உத்தம்.

'ஏன்?'

'அப்புறம் சொல்றேன்! வஸந்த், இவங்ககூடப் போயி ஒரு வாரத்துக்குத் தேவைப்படும் துணிமணிகளை மட்டும் எடுத்துகிட்டு வந்துரு. காரை எடுத்துட்டுப் போ. நான் லைப்ரரி போயிட்டு ஆபிஸ் போயிர்றேன் என்ன?'

'சரி பாஸ்! சரியான தெண்ட வேலையெல்லாம் எங்கிட்ட தள்ளுங்க.'

'அப்ப நான் போயிட்டு வரேன். வா பீனா!'

'அய்யய்யோ, இல்லை, இல்லை, நானே போறேன். உங்க ஆணையை அப்படி மீறுவனா?'

'மிஸ்டர் வஸந்த், எனக்கு ஜோக் எதும் வேண்டாம் தெரியுமா?'

அவர்கள் அனுப்பிவிட்டு கணேஷ் லைப்ரரிக்குச் சென்று 'டெர்ரரிஸம், தி எத்திக்கல் இம்பளிகேஷன்ஸ்' எடுத்து வந்தான். தம்புச் செட்டிக்கு வந்த போது டெலிபோன் மணி அடித்தது.

'பாஸ், வஸந்த் பேசறேன். பக்கத்தில் யாரும் உண்டா?'

'இல்லை, என்ன விஷயம்?'

'இந்தம்மா பீனா - இவங்களைக் கூட்டிட்டு வர்றது யார் ஐடியா?'

'ஏன்டா?'

'அழைச்சுட்டு வரேன். அதைப்பத்தி இல்லை. ஆனா நாம கொஞ்சம் ஜாக்கிரதையா இருக்கணும் இவங்ககிட்ட.'

'என்னடா சொல்றே?'

'கார்ல வெடி வெச்சது பீனாதான்!' என்றான் கணேஷ்.

5

வஸந்த் சொன்னதன் முழு விளைவையும் உணர்ந்துகொள்ள கணேஷுக்குச் சற்று நேரமாயிற்று.

'சரியாச் சொல்லு வஸந்த். பீனா, உத்தம் கார்ல வெடி வெச்சாளா?'

'பாஸ், இப்பப் பேச வேண்டாம். இதோ வராங்க, அவங்களை அழைச்சுட்டு வந்துட்டு அப்புறம் சாவகாசமாப் பேசிக்கலாம், மேற்கொண்டு என்ன? பை!'

படக்கென்று வைக்கப்பட்டது டெலிபோன். சற்று நேரம் யோசித்துப் பார்த்தான் கணேஷ்.

'பீனா வெடி வைக்கிறாளா? என்ன அபத்தம்? பீனாவை முதலில் எப்போது சந்தித்தோம்? ஆடிட்டர் வீட்டில் அவளது களங்கமற்ற புன்னகையால் சற்று சபலப்பட்டதுகூட கணேஷுக்கு நினைவுக்கு வந்தது. சே, வஸந்த் அவசரக்குடுக்கை. எதையாவது பார்த்துவிட்டு எதையாவது பேத்துவான்.'

வஸந்த் வரும் வரைக்கும் கணேஷுக்கு வேறு வேலை எதிலும் கவனம் செலுத்தவில்லை. டெர்ரரிஸம் பற்றிய புத்தகம் அனாதையாகக் கிடந்தது. ஜன்னலுக்கு வெளியே சென்ற நீண்ட ஊர்வலத்தின் கோஷங்கள் மனத்தில் பதியவில்லை. 'இ.பி.கோ' வைப் பிரித்தாலும் வெறுமையாக இருந்தது.

வஸந்த் காரைப் பட்டென்று கதவைச் சாத்திக்கொண்டு வர, முன்னால் பீனா சூயிங்கம் மென்றுகொண்டே ஒரு படுக்கையை அணைத்தபடி வந்தாள். சுற்றுமுற்றும் பார்த்தாள்.

'இங்கேயா இருக்கணும்? பார்த்தா ஆபீஸ் மாதிரி இருக்கே.'

‘ஆபீஸ், பாத்ரூம், சமையல் அறை எல்லாம் கலந்து கட்டிய ஒரு வீடு இது!’ என்று வஸந்த் அவள் கைப்பையை எடுத்துக்கொண்டு வந்து மேஜைமேல் வைத்துவிட்டு அவளைப் பார்த்துச் சிரித்தான்.

‘எத்தனை நாளைக்கு இங்க இருக்கணும்?’

‘உங்க சித்தப்பா வரவரைக்கும்.’

‘உத்தம் என்ன சொன்னான் கணேஷ்?’

‘நீங்கதான் கேட்டுக்கிட்டே இருந்திங்களே’ என்றான் வஸந்த்.

‘உத்தம் பாவம், இல்லை? மயிரிழையில் தப்பிச்சான். யார் இந்த மாதிரி வெடி வெச்சிருப்பாங்க கணேஷ்?’

குழந்தைத்தனத்தை அளவுக்கு மீறிக் காட்டுகிறாளோ என்று கணேஷுக்குத் தோன்றியது.

ஒருமுறை வஸந்தைப் பார்த்தான். ‘பீனா, உங்களுக்குக் குளிக்கணுமா, பாத்ரூம் போகணுமா, சாப்பிடணுமா, தூங்கணுமா, எதாவது வேலையிருக்கா?’

‘எல்லாம் ஆச்சு.’

‘வாக்மன் கேக்கறிங்களா, மைக்கல் ஜாக்ஸன்?’ வஸந்த் வாக்மன்னை எடுத்து அதில் டேப் பொருத்தி அவள் காதுக்கு அணிவித்து, ‘அப்படி உக்காந்துக்கிட்டு இதில் பொம்மை பாத்துக்கிட்டு இருங்க’ என்று கலர் கலராக ஒரு பத்திரிகையையும் கொடுத்தான். பீனா அதை அணிந்துகொண்டு சோபாவில் சுகமாக உட்கார்ந்துகொள்ள, வஸந்த், ‘இப்ப சொல்லுங்க பாஸ், வாக்மன்னை மாட்டிண்டுட்டா டமாரம் அடிச்சாக்கூட காது கேக்காது. என்ன அழகா பூனைக்குட்டி மாதிரி உக்காந்திருக்கா பாருங்க. அத்தனையும் விஷம்! ஷர்ட்டு பாருங்க, பொருளடக்கத்தைப் பத்திச் சந்தேகமே இல்லாம!’

‘என்னடா சொல்றே!’

‘பாத்துட்டேன் பாஸ்.’

‘நீ பாக்காதது எதும் உண்டா என்ன? நடந்ததைச் சொல்லு...’

‘இந்தப் பொண்ணு பொட்டி படுக்கையைச் சேகரிக்க உள்ள போயிருந்தாளா, அப்ப அங்க போன் அடிச்சுது. ‘வஸந்த், அது யாரு பாருங்க’ன்னா. நான் எடுத்தேன். ‘அலோ’ன்னு சொல்றதுக்கு முந்தி, ‘யாரு பீனாவா?’ன்னுது போன். ‘இல்லை, வஸந்த்’ன்னேன். அது சரியாக் கேக்கலியோ என்னவோ, ‘ஜீகேயா?’ன்னு அந்தாளு கேட்டான். கட்டையா ஆம்பிளைக் குரல். சிலோன் உச்சரிப்பு! என்னமோ தோணிச்சு! ஆமான்னுட்டேன். கவனிங்க.’

வஸந்த் குரலை அழுத்தி, ‘என்ன வெடிச்சுதா? பீனா, சந்தோஷம் தானே?’ ங்கறான். எனக்குப் புரியலை. அவன் பாட்டுக்குச் சொல்லிக்கிட்டே போறான். ஏதோ சோக்ராவை அனுப்பிச்சிருக்கேன். எட்டு நூறு அனுப்பிச்

சுரு, பாக்கிய அப்றம் வாங்கிக்கறேன். சரியா வெடிச்சுதில்லை? உத்தம் காலிதானே? ஜெலாடின் ஸ்டிக்கு பாக்கியிருந்தா சாக்கிரதையா இரு. ஆள் அனுப்பறேன். உள்ள சேர்க்காதே. எக்கச்சக்கமா வெடிச்சுரக் கூடாது. பை ஆள்கிட்ட நோட் கொடுத்து அனுப்பிச்சிருக்கேன். வந்தானா?'

''இல்லை'ன்னேன்.

''வந்துருவான். பணம் கொடுத்துரு என்ன?'

'எனக்கு ஒரு மாதிரி ஆயிருச்சு. போனை வெக்கறேன். ஒரு ஆளு ஆட்டோவில் வந்து இறங்கறான். என்னைப் பார்த்து சற்றுப் பயந்தாப்பல இருக்கான். 'அம்மா இல்லைங்களா?'ங்கறான். அதுக்குள்ள அவள் வந்ததும் தனியாப் பேசணுங்கறான். 'யாரு போனு வஸந்த்?'னா. 'யாரோ தெரியலை. அப்றம் பேசறேன்னாங்க'ன்னேன். அந்தப் பையன் அவளைத் தனியா அழைச்சுக்கிட்டுப் போயி கடுதாசி கொடுக்கறான். அவ 'ஒன் மினிட் வஸந்த்'ன்னுட்டு உள்ள போயி பணம் கொடுத்து, 'போன் பண்ணச் சொல்லு'ங்கறா. 'வஸந்த், உங்க நம்பர் என்ன?'ன்னா. சொன்னேன். அதை ஒரு காகிதத்தில் எழுதிக் கொடுத்துட்டு, 'இந்த நம்பருக்கு போன் பண்ணச் சொல்லு. பணம் வந்து சேர்ந்ததுக்கு'ன்னா. மாக்ஸியோ, டைட் டிரஸ்ஸோ எதையோ விட்டுட்டா. உள்ளே போனா. அப்பத்தான் நான் உங்களுக்குப் போன் பண்ணேன். என்ன சொல்றிங்க?'

ஆர்வத்துடன் பத்திரிகையைப் புரட்டிக்கொண்டு வாக்மன் கேட்டுக் கொண்டிருக்கும் பீனாவை இருவரும் இங்கிருந்து பார்க்க, அவள் புன்னகைத்தாள்.

'சிரிக்கிறா பாருங்க. வாய்ல வெரலை வெச்சாக் கடிப்பாளோன்னு அவ்வளவு அறியாமை முகத்தில. எவ்வளவு இன்னஸண்ட்டா மார் திறந்திருக்குது பாருங்க!' வேணும்னுட்டே! நீங்க என்ன நினைக்கிறிங்க!'

கணேஷ் அவளுக்கு பதில் புன்னகை அளித்துக்கொண்டு, 'எதும் நினைக்கத் தோணலை. எதுக்கும் அவகிட்ட கொஞ்சம் ஜாக்கிரதையா நடந்துக்க.'

'இந்தம்மாவே ஒரு வேளை இலங்கையோ, இயக்கமோ?'

'எனக்குத் தலைகால் புரியலை வஸந்த், இது வந்து...'

'நம்பலாங்கறிங்களா? 'பட்டப்பகலில் வெளி மயக்கே செய்யும் பாவையர் மேல் இட்டத்தைத் தவிர்ப்பாய்'னு பட்டினத்தார் சொன்னாப்பல, என்ன ஒரு அலட்சியமா உதட்டைக் கடிக்கறா பாருங்க.'

'வஸந்த், நீ தெரிஞ்ச மாதிரியே காட்டிக்காதே... வந்து...'

பீனா சட்டென்று காதிலிருந்து எட்போனை எடுத்து 'ஏன் என்னைப் பத்திப் பேசிக்கிட்டு இருக்கிங்க?' என்றாள்.

'இல்லையே, பட்டினத்தார் பாடல் பற்றின்னா பேசிக்கிட்டு இருந்தோம்.'

‘எனக்கென்னவோ என்னைப் பத்திப் பேசினாப்பல இருந்தது. வஸந்த், நீங்க ரெண்டு பேரும் எங்க படுத்துப்பிங்க?’

‘சோபால, பெஞ்சில, அதெல்லாம் கணக்கில்லை.’

‘இந்தக் காபி கோப்பையெல்லாம் யார் அலம்புவாங்க!’

‘பையன் வருவான்.’

‘சாப்பாடு?’

‘ராமகிருஷ்ணாலிருந்து வரும். அதுக்கும் பையன் இருக்கான்.’

‘நீங்க ரெண்டு பேரும் கல்யாணம் பண்ணிக்கலையா?’

‘பாஸ், கல்யாணம்!’

‘நேரமில்லை’ என்றான் கணேஷ்.

‘வஸந்த்! நீங்க…’

‘பொண்ணு கிடைப்பாளான்னு காத்துக்கிட்டு இருக்கங்க.’

‘எந்த மாதிரி பொண்ணு வேணும் உங்களுக்கு? நான் ஏற்பாடு செய்யறேன்.’

‘முட்டற்ற மஞ்சளை எண்ணெயிற் கூட்டி முகமினுக்கி…’

‘வஸந்த்!’ என்று கணேஷ் அதட்ட,

‘உங்க மாதிரி பொண்ணுன்னு வெச்சுக்குங்களேன்.’

‘தட்ஸ் ஸ்வீட்! நிசமாச் சொல்லுங்க, நான் நல்லாவா இருக்கேன்?’

‘ரெண்டு தடவை நல்லா இருக்கீங்க. கொஞ்சம் பட்டன்கள்ள கவனம் செலுத்தினா ஆண் வர்க்கம் பிழைக்கும்.’

‘பீனா, உங்களை பர்சனலா ஒரு கேள்வி கேக்கலாமா?’ என்றான் கணேஷ்.

‘கேளுங்க, உங்ககிட்ட எதையும் மறைக்கவேண்டாம்னு வரதாச்சாரி சொன்னார்.’

‘உத்தம்கூட உங்க ரிலேஷன்ஷிப் எப்படி?’

‘ஏன் கேக்கறிங்க?’

‘இல்லை, இந்த உறவை எப்படி வர்ணிப்பிங்க. சுமுகமா, விரோதமா, இல்லை சுமாரா?’

அவள் சற்று யோசித்து, ‘சுமார்’ என்றாள்.

‘ரெண்டு பேருக்கும் சரியா என்ன உறவு?’

‘எங்க தாத்தாவும் அவன் தாத்தாவும் ஒண்ணுவிட்ட அண்ணன் தம்பிங்க.’

‘அப்ப உங்களுக்கு உத்தம் மூணுவிட்ட அண்ணன்!’

‘ரெண்டு தலைமுறை தள்ளிய உறவுன்னு தெரியறது. இந்த ட்ரஸ்ட் சொத்து...’

‘நாங்க ரெண்டு பேர் மட்டும்தான் வாரிசுகள்.’

‘மற்ற பேர் இல்லையா?’

‘அவங்களுக்கெல்லாம் இதில இண்ட்ரஸ்ட் இல்லை. அமெரிக்கால இருக்காங்க. அங்கேயே சிடிஸன்ஷிப் வாங்கிக்கிட்டு இந்தச் சொத்தில இண்ட்ரஸ்ட் ஏதும் இல்லைன்னு எழுதிக்கொடுத்துட்டாங்க. அப்படித்தான் நினைச்சுக்கிட்டு இருக்கேன்.’

‘இப்ப உத்தம் இல்லைன்னா பூராச் சொத்தும் உங்களுது?’

‘ஆமா. இப்ப வெடி விபத்துல செத்துப் போயிருந்தா...’

‘இப்ப உங்க பகுதி எவ்வளவு? பாதி பாதியா?’

‘ஆமாம்.’

அவள் குரலில் ஏமாற்றம் இருந்ததை கணேஷ் உன்னிப்பாகக் கவனித்தான்.

‘அப்ப உத்தம் செத்திருந்தா உங்களுக்கு சந்தோஷம்னு...’

‘சேச்சே, ஏன் அப்படி சொல்றிங்க வஸந்த். அவன் எக்கேடு கெட்டுப் போகட்டும். எனக்குக் கொடுத்திருக்கிற பகுதியே எனக்கு ஏராளம்’ என்று இருவரையும் பார்த்து மிகப் பிரகாசமாகச் சிரித்தாள்.

‘வஸந்த், நீங்க எங்கூட மவுண்ட்ரோடு வந்திங்கன்னா உங்களுக்கு ஒரு பரிசு!’

‘கூட வரதே பரிசு! எப்பப் போகலாம் சொல்லுங்க. சின்னதா ஒரு தம் அடிச்சுட்டு உடனே ஆஜராயிடறேன். என்ன வாங்கணும்?’

‘புக்ஸ் அண்ட் பிரேஸியர்ஸ்...’ என்று அவனைப் பார்த்துக் கண் சிமிட்ட, வஸந்த், ‘எங்க பேனா?’ என்றான்.

‘ஏன்?’

‘கவிதை எழுதணும்.’

அவள் புறப்பட்டுச் சென்றதும், கணேஷ் அறையில் கொஞ்ச நேரம் உலவி விட்டு ஏதோ தோன்றியவனாக பீனாவின் பையைத் திறந்து பார்த்தான்.

6

கணேஷ், அனுமதியின்றி மற்றவர் உடைமைகளைத் தொடுபவன் அல்ல; இந்த வேலையெல்லாம் வஸந்த்தான் செய்வான். ஏனோ இன்றைக்கு விதிவிலக்காக இவ்வாறு செய்கிறான். பீனாவின் முகத்தில் அத்தனை அறியாமை தோன்ற, அவள் திட்டமிட்டு வெடி வைத்தெல்லாம் செயல்படுவாள் என்பது அவனுடைய அனுபவத்துக்கும் உள்ளுணர்வின் தீர்ப்புக்கும் புறம்பாக இருந்தது.

பீனாவின் கைப்பையில் இரண்டு மூன்று நாட்களுக்குத் தேவையான உடைகளும், உள்ளுடைகளும், பத்து பக்கத்துக்கு ஒருமுறை கதை மாந்தர்கள் படக்கென்று படுத்துக்கொண்டு கெட்ட காரியம் புரியும் பெஸ்ட் செல்லர் ரக திண்டுப் புத்தகம் ஒன்றும், மேக்-அப் சாதனங்களும், மாத்திரைகளும்... இது என்ன கடிதம்?

கணேஷ் அதைப் பிரித்துப் பார்க்க விரும்பவில்லை. இருந்தும் இவ்வளவு சுதந்தரத்துடன் பையைக் குடைந்தாகி விட்டது; இனி என்ன?

'இம்முறை தப்பிக்கிறாயா பார்த்துவிடலாம்' என்று தனிப்பட்ட வாக்கியம் எழுதியிருந்தது. டைப் எழுத்துக்களை எங்கோ பார்த்த ஞாபகமாக இருந்தது. கணேஷ் அந்தக் கடிதத்தை மறுபடி உறையில் இடும்போது பார்த்தான்.

உறையில் 'உத்தம்' என்று டைப் அடித்திருந்தது.

(சற்ற) சற்று நேரம் ஆதிபகவனிலிருந்து யோசித்துப் பார்த்தான் கணேஷ்.

ஒரு காகிதத்தில் எழுதிக்கொண்டான்.

மன்றம் - முத்தமிழ் மன்றம் திறக்கிற விழாவில் வெடி வெடிக்கிறது. காரணம், ஈழ விடுதலை இயக்கம் என்று அவர்களே ஒப்புக்கொள்கின்றனர். அடுத்து உத்தமின் கார் வெடிக்கிறது. இரு முறையும் உத்தம் தப்பிக்கிறான். பீனா ஒன்றும் அறியாதவளா, இல்லை அறியாததுபோல் பாசாங்கா. உத்தமுக்கு முதலில் வந்த டைப் கடிதம் யாரிடம் இருக்கிறது? போலீசிடம். பாண்டியன் இரண்டாவது விபத்து பற்றி என்ன சொல்கிறார்?

இரண்டாவது விபத்து? கணேஷின் முதல் சித்தாந்தம்... வெடி விபத்துக்குக் காரணம் ஈழமாக இருக்கலாம். நிஜமான காரணம் ஈழத்துக்காரர்கள் கவன ஈர்ப்பாக இருக்கலாம். இரண்டாவது விபத்து ஈழம்போலத் தோன்றக்கூடிய உள்ளூர் விபத்தா? தோன்ற வைக்கப்பட்ட விபத்தா?

கணேஷ் டெலிபோனை எடுத்து சற்று யோசித்து போலீஸ் கண்ட்ரோல் ரூமைச் சுற்றினான். 'மிஸ்டர் பாண்டியன்னு க்ரைம் ப்ராஞ்ச் இன்ஸ்பெக்டர் நம்பர் வேணும்.'

'...'

'எம்பேர்கணேஷ், லாயர்.'

'...'

'தாங்க்ஸ்.' காகிதத்தில் குறித்துக்கொண்டான். திரும்ப டயல் செய்தான்.

'பாண்டியன், நான் கணேஷ் பேசறேன். எப்டி இருக்கிங்க... அந்த இரண்டாவது விபத்துக்கும் சிலோன்காரங்கதான் காரணமா?'

'...'

'இல்லையா? அப்டியா? ஆனா வந்து அதே மாதிரி வெடிகுண்டுதானே?'

'...'

'அப்டியா, தாங்க்ஸ். நீங்க ரொம்ப பிஸியா இருப்பிங்க.'

'...'

'இல்லைங்க, எனக்கும் குழப்பமாத்தான் இருக்குது. என்னங்க? கட்டாயம் உங்ககிட்ட சொல்லாம இருப்பனா? வெச்சுரட்டுங்களா?'

'என்ன பாஸ், டெலிபோன் எல்லாம் பிரமாதமா... யாருக்கு?' வஸந்த் மட்டும் வந்தான்.

'பாண்டியன். எங்க பொண்ணு?'

'ஃப்ரெண்டு வீட்டுக்குப் போயிட்டு வரதா சொன்னா.'

'விட்டுட்டியா?'

'எப்பப் பார்த்தாலும் கூட வே சுத்தினா சந்தேகம் வரும். விட்டுப் பிடிக்கலாம். இதான்னு தீர்மானமா தெரிஞ்சுபோச்சுன்னா...' என்று வஸந்த் பீனாவின் பையைத் திறக்க ஆரம்பித்தான்.

'ஆச்சு! பார்த்தாச்சு.'

'என்னது? நீங்க பையைக் குடைஞ்சிங்களா? ஆச்சரியமா இருக்கே!'

'பைல டைப் அடிச்சு மற்றொரு பயமுறுத்தல் கடிதம். அப்றம் பாண்டியனுக்கு போன் பண்ணிக் கேட்டதில் அந்த ஈழத்துக்காரங்க ரெண்டாவது விபத்துக்கும் தங்களுக்கும் சம்பந்தமே இல்லைன்னு சத்தியம் பண்றாங்களாம். நம்பும்படியாத்தான் இருக்குதுங்கறாரு பாண்டியன்.'

'ஸோ...'

'நீதான் சொல்லேன்.'

'கேஸு ரொம்ப சிம்பிள் பாஸ். இந்தப் பொண்ணு யாரோட உதவிலயோ அந்த உத்தமை தீர்த்துக்கட்ட முயற்சிக்குது!'

'எதுக்காக பாம் வெக்கணும்? தலையைச் சுத்தி மூக்கைப் பிடிக்கணும்?'

'ஆமா! எதுக்காக பாம்? பால்ல வெஷம் வெக்கலாம். இல்லை சின்னதா துப்பாக்கில சுடலாம்; டைம் ஃப்யூஸ் பாம் எல்லாம் பெண்கள் பண்ற காரியமா இது! சுருட்டு குடிக்கிறா மாதிரி!'

'நான் சொல்லட்டுமா, இந்த பாம் ஐடியா அந்தச் சம்பவத்துக்கு அப்புறம் தோன்றியிருக்கலாம்.'

'எந்தச் சம்பவம்?'

'விழா. திறப்பு விழா. ஈழத்துக்காரங்க வந்து நோட்டீஸ் கொடுத்து வெடி வெச்சது. கவன ஈர்ப்புக்காகச் செய்திருக்காங்க. அதன் தொடர்ச்சியா மற்றொரு வெடி விபத்து நிகழ்றது. எல்லாரும் என்ன நினைப்பாங்க? இதும் சிலோன் காரங்கதான்னுட்டு! ஆனா இது சிலோன் இல்லை.'

'புரியுது. ஆனா ஒரு பொம்பளை தனியா இதைச் செய்ய முடியும்ங்கறிங்களா?'

'முடியாது. ஒத்தாசைக்கு ஆளு இருக்குது. யாருன்னு கண்டுபிடிக்கணும்!'

'ஆனா, பீனாவைப் பார்த்தா அப்படித் தோணுதா பாஸ் உங்களுக்கு?'

'உனக்கு என்ன தோணுது? நீதானே பொம்பளைங்கள்ள எக்ஸ்பர்ட்!'

'மவுண்ட்ரோடுக்கு புஸ்தகக் கடைக்குப் போறப்ப பேச்சு கொடுத்துப் பார்த்தனே. ஒண்ணுமே புரியாத குழந்தை மாதிரி மழலையோட பேச்சு, அதுவே செயற்கையா இருக்கு!'

'சில பொண்ணுங்க நிஜமாவேகூட இப்படி இருக்கலாம்.'

'கவனிச்சிருக்கேன். நம்ம அய்யங்கார் பொண்ணு ஒண்ணு அப்படித்தான். பதினாலு வயசுக்கு நல்ல ஊட்டம். குதிச்சுக் குதிச்சு வீட்டு வாசல்ல எட்டு வயசுப் பொண்ணுங்களோட கிச்சு, பாண்டி ஆடிக்கிட்டு இருக்கா! மச்சு பூரா பசங்க! வேடிக்கை பார்த்துக்கிட்டு...'

'வஸந்த், ஒரு காரியம் பண்ணு!'

'சொல்லுங்க.'

'ஃபால் இன் லவ்!'

'பார்டன்!'

'இந்தப் பொண்ணு ரெண்டுங்கெட்டானா இருக்கிறதப் பார்த்தா சந்தேகாஸ் பதமாத்தான் இருக்கு. அதனால இதன் பேரில உனக்கு காதல் மாதிரி எதாவது செஞ்சி கொஞ்சம் ஒட்டிக்க. விவரம் என்னன்னு, இவளோட நிஜ ரூபம் என்னன்னு தெரிஞ்சுக்க ட்ரை பண்ணிப் பாரு.'

'ஐ ஸீ... அதாவது பீனாவோட காதல் பண்ணணுங்கறிங்க.'

'ஸம்திங் லைக் தட்!'

'பாஸ், ஒரு ஐநூறு ரூபா வவுச்சர் போட்டுக் கொடுங்க.'

'எதுக்குடா?'

'காதல் பண்றதுக்கு செலவினங்கள் ஏகப்பட்டது ஆகும். முதல்ல அவளுக்கு மற்ற பேர் பொறாமைப்படும்படியா ஒரு பரிசு கொடுக்கணும்.'

'அவகிட்ட இல்லாத பரிசா?'

'பொருள் முக்கியமில்லை பாஸ்; செயல்தான்.'

'அப்புறம் ரம்யமாகக் கதைகள் சொல்லவேண்டுமாக்கும்! பாட்டுகூடப் பாடிக் காட்டணும். அப்றம் எனக்கே ஒழுங்கா ஷர்ட்டு இல்லை. அவளைக் கவர்றதுக்கு தாடிவேணா வளக்கட்டுமா. ஹேவ்லாக் எல்லிஸ் சொல்லியிருக்கான். தாடி வெச்சா, குட்டிங்களுக்கு ரொம்ப ஒரு மாதிரி ஆயிருமாம்!'

'நீ என்ன பண்ணுவியோ... இந்தப் பொண்ணு நிஜமாகவே அறியாதவளா, இல்லை பாசாங்கான்னு தெரியணும். ஏன்னா, ரொம்ப நாளைக்கு நாம கண்டுபிடிச்சதை மறைக்கக் கூடாது. இவதான்னு நிச்சயமாத் தெரிஞ்சா போலீஸுக்குத் தெரிவிக்கணும். அதனால ரொம்பக் காதல் பண்ணாத. ஒரு அளவோட இரு.'

'சரி பாஸ்.' வஸந்த் திடீர் என்று முகத்தை ஒரு மாதிரி பண்ணிக் கொண்டான்.

'என்ன ஆச்சு திடீர்னு? என்னவோ குடிச்ச மாடு மாதிரி பண்றே?'

'வரா!'

பீனா ஒருசில புத்தகங்களையும் பழுப்பு பேப்பர் பார்ஸலையும் கவர்ந்து கொண்டு உள்ளே வர வஸந்த் பாய்ந்துபோய் வாசல் படியிலேயே அவள் சுமையை வாங்கிக்கொண்டான். 'நீங்கள்ளாம் இந்த மாதிரி வெய்ட் தூக்கலாமோ?'

'ஏன் வஸந்த்?'

'வாடிப்போயிருவிங்க. உங்க வேலை என்ன? அழகா இருந்து உலகத்தை இன்னும் கொஞ்சம் பிரகாசமாக்கறது. அதோட உங்க ஜோலி முடிஞ்சுர்ற தில்லை!'

'தட் இஸ் வெரி நைஸ் ஆஃப் யூ வஸந்த்!' என்று பார்ஸலைப் பிரித்தவள், வஸந்திடம் கையைக் காட்டினாள்.

'பவழம் வாங்கினீங்களா?'

'இல்லை! ரத்தம். கயிறு கீறிடுச்சு!'

வஸந்த் அந்த விரலை அப்படியே தன் வாய்க்குள் செலுத்திச் சப்பினான்!

'விடுங்க, குறுகுறுங்குது!'

கணேஷ் தன் அறைக்குள் சென்று தனக்குள் சிரித்துக் கொண்டான். வஸந்த் இன்னும் இரண்டு தினங்களில் இவளை வென்றுவிடுவான் என்று தோன்றியது.

ஒரு வாரம் அவ்விருவரையும் மறந்தே போய்விட்டான். வஸந்த்தையும் பார்க்கவில்லை. பீனாவையும் பார்க்கவில்லை. பெரிய கேஸ் ஒன்றுக்காக சட்டப் புத்தகங்கள் படித்துக் கொண்டு இருந்தான்.

அந்த வார இறுதியில் வஸந்த் மோசமாகத் தாக்கப்பட்டான்.

7

பீனாதான் போன் பண்ணிச் சொன்னாள்.

'உடம்பு சரியில்லைன்னா என்னம்மா? ஜுரம் கிரமா?'

'இல்லை கணேஷ்.'

'பின்ன என்னவாம்?'

பீனா பதில் சொல்லாதது விநோதமாக இருந்தது.

'இப்ப அவன் எங்க இருக்கான்?'

'எங்கூடத்தான்' என்றாள். அவள் குரலில் சற்று கேலி இருந்ததா என்று சரியாகச் சொல்ல முடியவில்லை.

'அவங்கூடப் பேசணும்.'

'பேசும்படியா இல்லை.'

'மயக்கத்தில் இருக்கானா.'

'ஒருமாதிரி.'

'என்ன ஆச்சு பீனா?'

'சரியாத் தெரியலை கணேஷ். நான் வந்து பார்த்தப்ப வஸந்த் இந்த மாதிரி கிடக்கார்.'

கணேஷ் சற்று அவசரமாகவே கார் எடுத்துக்கொண்டு அவள் வீட்டுக்குச் சென்றான். கூடத்தில் சோபாவில் வஸந்த் சாய்ந்து உட்கார்ந்திருக்க, ஆரஞ்சு ஜூஸ் வைத்திருந்தாள். 'வாங்க. இப்பக் கொஞ்சம் பரவாயில்லை.'

வஸந்த் தளர்ந்துபோய் உட்கார்ந்திருந்தான். கணேஷ் வந்ததை அவன் பார்த்த பார்வை சோம்பேறித்தனமாக, களைப்பாக இருந்தது. வெளிப்புறமாகக் காயம் எதுவும் இல்லை. பேசப் பிரயத்தனப்பட்டான். 'என்னடா ஆச்சு? எங்க அடி உனக்கு?'

'ஊமை அடி பாஸ்' என்றான். கையை முகத்தின்முன் புரட்டிக் காட்டினான்.'

'எங்க அடி?'

'சொல்லத் தெரியலை. ஏதோ முனி அடிச்சாப்பல ஆயிருச்சு!'

'இவன் என்ன சொல்றான்' என்று பீனாவைப் பார்த்தான் கணேஷ்.

அவள் ஆர்வத்துடன் ஒன்றும் அறியாதவள்போல 'வஸந்த், இப்ப எப்டி இருக்கு. சோடா வேணுமா? இன்னும் கொஞ்சம் ஜூஸ் தரட்டுமா?' என்றாள்.

வஸந்த் தலையை ஆட்ட அவள் ஜூஸ் கொண்டுவர உள்ளே சென்றபோது வஸந்த் சற்றே அவசரமாக கணேஷை அருகில் அழைத்து, 'பாஸ்! பயங்கரம் இந்த பொண்ணு!'

'என்னடா?'

'இவதான் என்னை அடிச்சிருக்கா. இல்லை அடிக்க ஏற்பாடு செய்திருக்கா! எல்லாம் பாசாங்கு!' இதற்குள் பீனா உள்ளே வந்துவிட, 'அப்புறம் சொல்றேன்' என்றான்.

அவள் பரிவுடன் வஸந்த் அருகில் படுக்கையில் உட்கார்ந்து கொண்டு ஜூஸ் கொடுத்துக்கொண்டே 'இப்ப எப்டி இருக்கு?' என்றாள்.

'பரவால்லை. நான் போறேன். ரொம்ப டலாயிருச்சு உடம்பு...'

'எங்க! என்னை விட்டுட்டா.'

'பீனா, வாட் ஹாப்பன்ட்? சொல்லு பார்க்கலாம்' என்றான் கணேஷ்.

'வஸந்த்தை எனக்குத் துணையாப் படுத்துக்கச் சொன்னேன், கணேஷ். இவர் ஹால்லதான் படுத்திருந்தார். உத்தம் வேற ஆஸ்பத்திரில இருக்கானா... அவனுக்கு சாப்பாடு அனுப்பிச்சிட்டு எல்லாக் கதவையும் மூடறதுக்குப் போனேன். ஒருமாதிரி அய்யோன்னோ எப்படியோ ஒரு சப்தம் வந்தது. பயந்துபோய் இங்க வந்து பார்த்தா வஸந்த் சோபாவில் அப்படியே சாஞ்சுக்கிட்டு பெரிசா மூச்சு விட்டுக்கிட்டு இருந்தார். என்னன்னு கிட்டப் போய் விசாரிச்சா அப்படியே மயங்கி விழுந்துட்டார். இப்ப தேவலையா வஸந்த்.'

'மயக்கமா?'

'ஆமா பாஸ். ஒரு டன் என்னமோ எம்மேல சடக்குன்னு இறங்கினாப்பல, ஷாக் அடிச்சாப்பல, மண்டைக்குள்ள ஜோன்னு மழை பேஞ்சாப்பல. என்ன

என்னை வந்து அடிச்சதுன்னு சொல்றதுக்குள்ள மயக்கம் வந்திருச்சு, இப்பகூட கிராகியாத்தான் இருக்குது.'

'யார் வந்து அடிச்சிருக்க முடியும். கதவு எல்லாம் சாத்தியிருந்ததே.'

'அதான் எனக்கும் புரியலை பீனா!'

'வஸந்த், நல்லா ரெஸ்ட் எடுத்துக்கங்க.'

'இல்லை, நான் பாஸோட போயிர்றேன். இங்க ஏதோ முனி இருக்கு!'

'என்னைத் தனியா விட்டுட்டா. சித்தப்பா வரலையே இன்னும்?'

'வஸந்த் செய்வதறியாமல் கணேஷைப் பார்க்க, உங்க சித்தப்பா எப்ப வரார்?'

'நாளைக்கு வந்துருவார். அதுவரைக்கும் நான் தனியாக இருக்க முடியாது.'

'சரி, நான் இன்னைக்கு இங்க வந்து படுக்கறேன். வஸந்த்தான் கொஞ்சம் அடிபட்டு ரிடையர்ட் ஆயிட்டான்! என்னடா?'

வஸந்த் பீனாவையே முறைப்பாகப் பார்த்துக்கொண்டிருந்தான்.

'என்ன பார்க்கறிங்க வஸந்த்?'

'எல்லாம் பிறபாடு தெரியாமலா போகப்போறது, பார்த்துரலாம்! அப்படியா விஷயம்!'

'என்ன சொல்றீங்க வஸந்த், புரியறாமாதிரிச் சொல்லுங்க.'

'அடிபட்ட குழப்பத்தில என்னவோ உளர்றான். கேன் யூ கெட் மி எ கப் ஆஃப் காஃபி, பீனா?'

'அவள் செல்ல, 'எப்படிறா இவதான்னு சொல்றே?'

'கதவு உள்பக்கம் தாளிட்டிருந்தது பாஸ். அப்புறம் அந்த பர்ஃப்யூம்!'

'என்ன பர்ஃப்யூம்?'

'இவதான் பாஸ். இவ ஒரு மோகினிப் பிசாசு, ரத்தக் காட்டேரி. பாக்கறதுக்கு இத்தனை சாது மாதிரி இருக்கா. ஆனா பயங்கரக் குட்டி இது. எதோ சாத்தான்! ராத்திரி படுத்திருக்கும்போது, சோபால படுத்துப் பழக்கமில்லையா - முதுகுத் தண்டில குத்துதுன்னு புரண்டு படுத்திருக்கேன். என்னவோ சப்தம் வருதுன்னு எழுந்துட்டேன். பின்னால ஆளரவம் கேட்டுது. திரும்பி பார்க்கறதுக்குள்ளே அப்படியே மின்னல் அடிச்சாப்பல, தேள் கொட்டினாப்பல தலைல ஒரு அடி! நட்சத்திரமா பூப்பூவா மண்டைக்குள்ள புதுக்கவிதையாப் பறக்குது. அய்யா அம்பேல். இந்தப் பொண்ணு ரொம்ப ஹாட்டு.'

கணேஷ் யோசித்தான். 'கதவு பூட்டியிருந்ததா?'

'நான் என் கைப்பட உள்பக்கம் தாப்பாப் போட்டுட்டு வந்திருக்கேன்! வீட்டுக்குள்ள நானு, இவ... ரெண்டே ரெண்டு ஜந்துக்கள்தான்!'

‘இவளால அவ்வளவு பலமா அடிக்க முடியுமா?’

‘முடிஞ்சிருக்கு.’

‘எப்படிச் சொல்றே?’

‘அந்த வாசனை! பர்ஃப்யூம். இல்லை, இவ திறந்து விட்டிருக்கணும். இரண்டு பேரும் ரூமுக்குள்ள வந்திருக்கணும்!’

‘உன்னை அடிக்கிறதில என்ன லாபம்?’

‘யோசித்துப் பார்த்தேன் பாஸ். நமக்குத் தெரியும்ங்கறது இவளுக்குத் தெரியும் இல்லையா?’

‘என்னது, புருஷ சூக்தம் மாதிரி ஒரு வாக்கியம்!’

‘அதாவது, நாம இவளைச் சந்தேகப்பட்டுத்தான் நடவடிக்கைகள் எல்லாம் நடத்தறோங்கறது இவளுக்குத் தெரிஞ்சுபோயி நம்மை பயங்காட்டி விலக வைக்கறதுக்கு.’

‘விஷமம் ஏதாவது செஞ்சியா இவகிட்ட!’

‘செஞ்சேன். அதெல்லாம் நல்லாவே அனுமதிக்கிறா!’

‘ஆனா, அடிக்கிறா!’

‘அடிக்கிறா, அல்லது அடிக்க வைக்கிறா. இல்லைன்னா உள்ள தாப்பாப் போட்ட இடத்தில தாக்குதல் ஏற்பட பிரமேயமே இல்லை!’

‘என்ன, எல்லாம் குழப்பமாவே இருக்குது?’

‘எதுக்கும் இந்த பீனா வேணாம்! அல்லது கொஞ்சம் ஜாக்கிரதையாவே இருக்கறது நல்லதுன்னு தோணுது... அம்மா! இங்க வேற வலியா!’

‘இவ ஒரு மாதிரி ஆசாமின்னே வெச்சுக்க. இவளுடைய முதல் இலக்கு யாராயிருக்க முடியும்?’

‘உத்தம்தான். சொத்து மதிப்பு அதிகம் இருக்கிறதாலே! வரா பாருங்க! என்ன நடை, என்ன நடை, என்ன வாசனை!’

பீனா புன்னகையுடன், ‘வஸந்த், உங்களுக்கும் காப்பி’ என்றாள். இரண்டு கோப்பைகளில் சர்க்கரை விசாரித்துக் கலக்கும் நளின விரல்களையும், மென்மையான, பெண்மை மிளிரும் உடலமைப்பையும் லேசான வெண்புறா போன்ற மார்பையும் நோக்க கணேஷுக்கு நம்புவது கஷ்டமாகத்தான் இருந்தது. இருந்தும் அவன் எதையும் உண்டு, இல்லை என்று ஏற்கிற நிலையில் இல்லை. எல்லாமே கேள்விகள் வடிவத்திலேயே இருந்தன.

‘உத்தம் எப்டி இருக்கார்? எப்ப வருவாராம் ஆஸ்பத்திரியை விட்டு?’

‘அதுக்கு இன்னும் ஒரு வாரமாவது ஆகுமாம்’ என்றாள்.

'பீனா, உங்களை நான் ஒரு கேள்வி கேக்கலாமா?'

வஸந்த் கணேஷை கேள்விக்குறியுடன் பார்த்தான்.

'என்ன கணேஷ்?' என்றாள் இமைகளைப் படபடத்து.

'சொத்துக்கு நீங்களும் உத்தமும்தான் வாரிசா?'

'அப்படித்தான் உத்தம் சொல்றான்.'

'வில்லு கில்லு எதாவது இருக்கா?'

'அதுவும் உத்தம்தான்.'

'உங்ககிட்ட தமிழ் டைப்ரைட்டர் இருக்கா?' என்றான் வஸந்த்.

'ஏன் திடீர்னு கேக்கறிங்க?'

'இருக்கா இல்லையா?'

'உத்தமுக்குத்தான் தெரியும்!'

'சரி! மற்ற கேள்விங்களை நாளைக்கு வெச்சுக்கலாம்' என்றான் கணேஷ்.

சாயங்காலம் கோர்ட்டுக்குப் போய்விட்டுத் திரும்பியதும் பீனாவுக்குத் துணையாக இருக்கவென்று கணேஷ் மறுபடி அந்த வீட்டுக்கு வந்திருந்தான். வஸந்த் இன்னமும் கலக்கமாகவே இருந்தான். பின் மண்டையில் பலத்த ஊமையடி பட்டிருந்தது. எக்ஸ்ரே எடுத்துப் பார்க்கலாம் என்றாள் பீனா. படுக்கை அறையோடு ஒட்டியிருந்த ஹாலில் கணேஷ் படுத்துக்கொள்ள வஸந்த் சோபாவிலும், பீனா அறையிலுமாகப் படுத்திருக்க, ராத்திரி பன்னிரண்டுவரை கணேஷ் தான் கொண்டுவந்திருந்த புத்தகத்தைப் படித்துவிட்டு விளக்கை அணைத்தான். வஸந்த் குறட்டை விட்டுவிட்டு கொஞ்ச நேரத்தில் ஆழமான நித்திரையில் மூழ்கிவிட, உள்ளே விர்ர் என்று பெடஸ்டல் விசிறிகள் சப்தம் கேட்க, கணேஷ் பீனாவின் அறைக் கதவைப் பார்த்துக்கொண்டிருந்தவன், மெல்ல அது திறப்பதையும் பீனாவின் மெல்லிய நைட் கவுனில் அவள் உடம்பின் வெளிக்கோடுகள் தெரிய மெல்ல தன்னை நோக்கி நடந்து வருவதையும் கவனித்தான்.

8

கணேஷுக்குச் சற்று நேரம் என்ன செய்வதென்று புரிய வில்லை. என்னதான் அவள் கெட்டவள் என்று வஸந்த் சொல்லியிருந்தாலும் ஒரு இளம் பெண், இரவில், ஒரு ஆளைத் தாக்க வரும் காட்டேரித் தனங்கள் எல்லாம் சினிமாவில்தான் சாத்தியம். இது எப்படி? கேவலம் ஒரு பெண் என்ன செய்து விட முடியும்? ஒரு கையால் சமாளித்துவிடக்கூடிய மெலிய இந்தியப் பெண். என்னை அடித்துவிட முடியுமா? பின் எதற்கு என்னை மெதுவாக நெருங்குகிறாள்? கணேஷின் நினைவுகள் காட்டாறு போல அவனுள் ஓடிக்கொண்டிருக்க பீனா அவன் படுக்கை அருகே வந்துவிட்டாள். கொஞ்சநேரம் மூச்சுப் பிடித்துக்கொண்டு சர்வமும் தயாராகக் காத்திருந்தான். அவள் மெல்ல தன் கையை இருளின் குழப்பத்திலிருந்து விடுவிக்க... கத்தியா? அய்யோ!

ஒரு யுகத்துக்கு அப்புறம் அவள் 'கணேஷ்' என்றாள் மெதுவாக. சட்டென்று புரண்டு பக்கத்திலிருந்த மேசை விளக்கைத் தட்டினான்.

கத்தியில்லை. கைக்கட்டை. அப்பாடா! 'ஷ்ஷ்ஷ்' என்று சமிக்ஞை செய்தாள்.

'என்ன பீனா?' என்றான் ரகசியமாக.

'என் ரூம்ல... என் ரூம்ல' என்று குரலில் சன்ன நடுக்கத்துடன் சொன்னாள்.

'என்ன?'

'யாரோ நுழைஞ்சு திரைக்குப் பின்னால மறைஞ்சிட்டிருக் காங்க!'

கணேஷுக்குத் தயக்கமாக இருந்தது. போய்ப் பார்க்க வேண்டுமா?

'கணேஷ். எனக்கு பயமா இருக்கு.'

கண்களில் நிஜமாகவே பயம் இருந்தது. வஸந்தைப் பார்த்தான். அடிபட்ட அலுப்பில் தூங்கிக்கொண்டிருந்தான். என்ன செய்வது! இவள் பேச்சை நம்பி உள்ளே செல்லலாமா? இது ஒரு பொறியாக இருக்குமா? என்னை அபாயத்துக்கு இழுக்க ஒரு வலையா? என்னதான் ஆகிறது பார்க்கலாமே!

'வா, பார்க்கலாம்' என்றான்.

அறைக்குள் விளக்கைப் போட்டதும் 'பளீர்' என்று கன்னத்தில் அறைந்தாற்போல வெளிச்சம் ஏற்பட அறையின் மத்தியில் படுக்கை காலியாக இருந்தது.

'எங்க?'

'அங்க! திரைக்குப் பின்னால.'

மஸ்டர்ட் கலரில் திரைச் சீலைகள் சலனமற்று நின்றிருக்க அதில் ஏதாவது அசைவு தெரிகிறதா என்று கவனித்தான்.

'இத பாருங்க, ஆடறது பாருங்க.'

'காத்தா இருக்கும்.'

காற்று போலத்தான் அது தோன்றியது. பீனா கணேஷின் பின்னால் இடித்துக்கொண்டு பதுங்கியிருந்தாள். அவன் தோள்களை அவள் கரங்கள் கெட்டியாகப் பற்றி இருந்தன. கணேஷ் அவளை 'இங்கயே இரு' என்று சொல்லிவிட்டு, அந்த திரைச் சீலையை மெல்ல நெருங்க 'ஜாக்கிரதைங்க கணேஷ்!'

கணேஷுக்கு அதை நோக்கிச் செல்லும்போது ஒரு பெண் விரிக்கும் வலையில் விழுகிறோம் என்ற உணர்வு மறுபடி ஏற்பட்டது.

காற்றிலா அல்லது வேறு எதில் என்று சொல்ல முடியாதபடி திரை மற்றொரு முறை லேசாக ஆட, கணேஷ் ஆனது ஆகட்டும் என்று அதை சட்டென்று விலக்கினான்.

காற்றுத்தான் இருக்க வேண்டும்.

'யாரும் இல்லை பீனா.'

'இல்ல கணேஷ். நிச்சயம் ஒரு ஆளு என்னை நோக்கி வரதைப் பார்த்தேன். அந்தக் கதவையும் பாத்துருங்களேன்.'

'நீ போய் கூடத்தில் இரு.''

'பயமா இருக்கு. இங்கயே இருக்கேன்.'

மற்றொரு கதவின் திரையை அணுகுகையில் எதிர்பாராத விதமாக கணேஷ் தாக்கப்பட்டான். முதல் அடி நல்லவேளை மண்டையில் படுவதற்குப் பதில், நகர்ந்துவிட்டதால் கழுத்தில் பட்டதால் உடனே விழாமல் சமாளிக்க முடிந்தது.

வினோதமாக, தான் கடைசியாக எப்போது இவ்வாறு அடி பட்டோம் என்று யோசித்துப் பார்த்தான். அதுவும் ஒரு பெண்ணால்தான். லீனா!

இது பீனா!

சட்டென்று விழிப்புணர்ச்சி ஏற்பட்டு சுவரை நோக்கி ஓடினான்! சுவரில் சாய்ந்தால் எல்லாமே பாதியாகிவிடுகிறது. முன்பக்கத்தைக் கண்காணித்தால் போதும்.

அந்த ஆளை அவன் சில வினாடிகள்தான் பார்த்தான்.

கருநீலச் சட்டை அணிந்திருந்தாற்போல இருந்தது. முகத்தில் மரு இருந்தாற் போல் தோன்றியது. தன்னை நோக்கி உத்வேகத்துடன் ஓடி வருவதைக் கவனித்தபோது பட்டென்று அவன் விளக்கு பல்பை தாக்குவதைக் கவனித் தான். கிடைத்த இருளில் தன்மேல் பெரிதாக அவன் ஓடி வருவது வராந்தா வெளிச்ச மிச்சத்தில் தெரிந்தது. கணேஷின் முகத்தில் அடித்த கையைப் பற்றி முறுக்கி விட்டான். வலித்திருக்க வேண்டும். லேசான முனகல் கேட்க கணேஷ் முழங்காலை மடக்கிக்கொண்டு குத்துமதிப்பாக அவன் மர்மஸ் தானத்தைக் குறிவைத்து அடித்ததில் கேட்ட சப்தம், அடிபட்டிருக்கும் போலத்தான் தோன்றியது. 'பாவி!' என்று ஒரு தனிப்பட்ட வார்த்தை மட்டும் கேட்க, யாரோ ஓடும் காலடி ஓசை கேட்க, அடுத்த கணத்தில் ஏதாவது பெயரில்லாத திசையிலிருந்து அடுத்த அடியை எதிர்பார்த்து தன் முகத்தை உயர்த்திய கைகளால் பாதுகாத்துக்கொண்டிருந்த கணேஷுக்கு...

ஒன்றும் நிகழவில்லை! ஹால் கடிகாரம் ஒன்றரை அடித்தது.

'கணேஷ்' என்று மெல்லிய குரல் கேட்க.

'பாஸ்! என்ன?' என்று வஸந்தின் குரல் கேட்க, டார்ச் ஒன்று உயிர்பெற கணேஷ் சுற்றியும் பார்த்து, 'போய்விட்டான்' என்றான்.

'யாரு பாஸ்? என்னவோ உருள்ற மாதிரி சப்தம் கேட்டது!'

கணேஷ் வியர்வையைத் துடைத்துக்கொண்டு ஹாலுக்கு வந்தான். 'பீனா, இங்க வாங்க.'

'என்ன பாஸ் அடியா?'

கணேஷ் தன் முகத்தைத் தொட்டுப் பார்த்து எங்கேயாவது தீவிர அடிபட்டிருக்கிறதா என்று பார்த்து 'அடிக்க முயற்சி! போய்ட்டான். தப்ச்சிட்டு போய்ட்டான்.'

'யாராயிருக்கும்! நேத்திக்கு வஸந்துக்குக்கூட இந்த மாதிரித்தான் ஆச்சு! இல்லை வஸந்த்?'

கணேஷும் வஸந்தும் உன்னிப்பாக அவளைக் கவனிக்க...

'என்ன பாக்கறிங்க?'

'பீனா, வந்தது யாருன்னு நிஜமாகவே உனக்குத் தெரியாதா?' என்றான் வஸந்த்.

'இரு வஸந்த்.'

'வஸந்த், நீங்க என்ன சொல்றிங்க. வந்தது யாருன்னு எப்படி எனக்குத் தெரியும்?'

'தெரியும்னு...'

'வஸந்த்! வெய்ட்! பீனா எனக்கு ஒரு கப் பால் வேணும். சுடப் பண்ணிக் கொண்டுவந்து தரியா?'

'இவர் என்ன சொல்றார் கணேஷ்?' என்று வஸந்தை வியப்புடன் பார்த்தாள்.

'அப்றம் சொல்றேன். இப்ப பால்!'

அவள் உள்ளே போனதும், 'வஸந்த், அவளே இதுக்கு உடந்தைனாலும் இந்த மாதிரி நேர்முகமாக் கேள்வி கேட்டா பதில் வரும்னு எதிர்பார்க்கிறியா? முட்டாள்தனம்!'

'நமக்குத் தெரியும்கறது, நாம சந்தேகப்படறோம்கறது அவளுக்குத் தெரியட்டும்!'

'தெரியறதாலே எந்தப் பலனும் இல்லை.'

'பாஸ், வாட் டு யூ திங்க்?'

'யோசிக்க நேரமில்லை.'

'இந்தப் பொண்ணு, துணையாக் கூப்பிட்டுட்டு அடி வாங்க வலை விரிக்குது!'

'நம்மை அடிக்கிறதில என்ன லாபம்?'

'கேஸிலிருந்து விலக வைக்கற உத்தியா இருக்கலாம். பீனாவோட நிச்சயம் ரெண்டு மூன்று ஆளுங்க உண்டு. அவனை நீங்க சரியாப் பாத்திங்களா?'

'பாக்கறதுக்குள்ளே விளக்கை அணைச்சிட்டான்.'

'எனக்கும் அதே ஆச்சு.'

'ஒருமாதிரி வாசனை வந்ததா?'

'ஆமா! வேற என்ன கவனிச்சிங்க?'

'கழுத்து நெரிக்கிற மாதிரி பண்ணினான். விரல்கள்ல ரெண்டு மோதிரமாவது, அப்றம் கொஞ்சம் அவனுக்கு மூச்சு ப்ரீதிங் பிராப்ளம் இருக்கலாம். ஆஸ்த்மா மாதிரி! என்னைவிட உயரம் அதிகம்!

பீனா கொண்டுவந்த பாலைப் பருகிவிட்டு, கணேஷ் வஸந்துடன், 'அந்த ரூம்ல வேற விளக்கு இருக்கா' என்றான்.

‘பாத்ரூம் போற வழியில ஒண்ணு இருக்கு.’

‘சரி, காலைல பாத்துக்கலாம். இப்ப தூங்கப் போ.’

‘பயமா இருக்கு கணேஷ். நானும் இந்த ஹால்ல கார்பெட்டிலயே படுத்துக்கவா?’

‘கணேஷ் யோசித்து, ‘ஆல் ரைட், படுத்துக்க!’

‘உங்களுக்கு பயமா இல்லையே?’ என்றாள்.

‘ம்... இல்ல!’ என்றான் வஸந்த்.

‘குட்நைட்’ என்று களங்கமில்லாமல் கணேஷைப் பார்த்துச் சிரித்தாள்.

‘காலைல அந்த அறைக்குப் போகாதீங்க. நான் வந்து பார்க்கணும்.’

‘காலையில் எழுந்தபோது பீனாவைப் படுக்கையில் காணவில்லை.

கணேஷ் எழுந்து அந்த அறைக்குச் சென்றபோது மெலிதான பாட்டு கேட்டது.

பீனா தன் அறையின் அட்டாச்ட் பாத்ரூமில் இருந்து பாடிக்கொண்டே வந்தாள். குளித்திருந்தாள். பெரிய டவலை உடல் முழுதும் சுற்றியிருந்தாள். நீர்த்துளிகளால் அலங்கரிக்கப்பட்டு இருந்தாள்.

‘நேர குளிக்கப் போயிருந்தேன். இந்த ரூம்ல எதையும் தொடலை.’

கணேஷ் எல்லா கதவுகளையும் ஆராய்ந்தான்.

‘இந்த வீட்டுக்கு உள்ள வரதுக்கு எங்க எங்க கதவு இருக்கு பீனா?’

‘ரெண்டே ரெண்டு கதவுதான் கணேஷ். வாசல்ல, பின்புறத்தில.’

‘வாசக்கதவு டோர் லாக்கா?’

‘ஆமாம்.’

‘உள்பக்கம் ஸேஃப்டி லாக் இருக்கில்லை!’

‘இருக்கு.’

‘நேற்றைக்கு அதைப் போட்டிருந்தியா?’

‘ஞாபகமில்லை.’

‘வஸந்த், நீ போட்டியா?’

‘நான் எங்க பாஸ்! அடிபட்டு கிழிஞ்ச நாராப் படுத்திருந்தேன்!’

‘இருக்கட்டும். அப்படி உள்ள தாப்பாப் போடலைன்னாகூட சாவி இல்லாம யாரும் திறந்து வரமுடியாது.’

‘சாவி எங்க?’

‘இதோ’ என்று கைப்பையிலிருந்து எடுத்துக் காட்டினாள். ‘வெளிய போறப்ப எடுத்துக்கிட்டு போவேன்.’

'பின்பக்கமும் உள்பக்கமும் தாப்பாப் போட்டிருக்கு?'

'ஆமா.'

'அதாவது உள்ள இருக்கறவங்க திறக்காம உள்ள நுழைய முடியாது இல்லையா?'

'அப்படித்தான் தோணுது.'

'பின்ன அந்தாளு எப்படி உள்ள நுழைய முடியும்?'

பீனா கலவரத்துடன் 'எனக்கு சொல்லத் தெரியலை' என்றாள்.

கணேஷ் அவளைப் பார்த்தான். 'பீனா, நாங்க உங்க நண்பர்கள்.'

'நிச்சயம் கணேஷ்.'

'எங்ககிட்ட சொல்லாம மறைச்சு எதையாவது வச்சிருந்திருங்கன்னா சொல்லிருங்க.'

'ஏதும் இல்லை கணேஷ். எனக்கு நீங்க உதவி செய்யறதுக்கு மிக்க நன்றி!'

'இந்த மிக்க நன்றிக்கு அப்பால் ஏதாவது இருந்தாலும் சொல்லிருங்க! பீனா, ஏனா...'

'ஏதும் மறைக்கலை வஸந்த்.'

'அவர்கள் ஒருவரை ஒருவர் பார்த்துக்கொள்ள,

'ஐ'ல் கெட் யூ ஸம் காஃபி!'

'அவள் போனதும், 'காபில வெஷம் வெச்சாலும் ஆச்சரியப்படக் கூடாது. என்ன சொல்றிங்க?'

'மெய்தான் வஸந்த். இவ நம்மகிட்டருந்து நிறைய மறைக்கிறா! இவ கதவைத் திறக்காம ஆள் உள்ள நுழையறதுக்கு சான்ஸே இல்லை...'

'இப்ப என்ன பண்றது?'

'இந்தச் சொத்தைப் பத்திக் கொஞ்சம் ஆராய்ச்சி!'

9

'சொத்து மொத்த மதிப்பு எத்தனை? யாருக்கு சுத்தமா பாத்யதை? என்ன தகராறு? எது தக...'

'ஹோல்ட் தட்' என்றான் வஸந்த். இதெல்லாம் எதுக்கு?'

'தர்ட் பார்ட்டி!'

'புரியலை. படம் வரைஞ்சு பாகங்களைக் குறிக்கவும்.'

'உத்தம், பீனா இவங்களைத் தவிர வேற யாராவது மூணாவது ஆசாமிங்க அதில உண்டா?'

'மூணாவது மனுசங்க இல்லைன்னு அவங்கதான் சொல்றாங்களே?'

'அவங்க சொல்றதை நம்பாம நீயா தனியா சுதந்தரமாக் கண்டுபிடிக்கணும்.'

'எதுக்கு?'

'எதுக்காக ஒரு பொண்ணு நம்ம ரெண்டு பேரையும் தாக்க முயற்சி பண்ணணும். அல்லது உதவி பண்ணணும்? அவளுக்கு இருக்கிற மென்மை உணர்ச்சிகளையெல்லாம் மறந்துட்டு வன்முறையில இறங்கணும்? இலங்கைக்கும் இவளுக்கும் எதாவது சம்பந்தம் உண்டா? யாரு இந்த பீனா?'

'பாஸ்! என்னது? பீனாவை நீங்கதான் எங்கயோ பார்ட்டில வெச்சு ஆடிட்டர் கூடப் பாத்திங்க!'

'சொத்தைப் பத்தி லீகல் கன்ஸல்டன்ஸிக்கு வந்தா.'

'இப்ப நீங்க சந்தேகிக்கிறிங்க. என்னை சூதாட்டி விவரங்களை எல்லாம் சேகரிக்கச் சொல்றிங்க.'

'எனக்கு அவளை முழுக்கத் தெரியலை வஸந்த்.'

'சரி; எனக்குக் கொஞ்சம் உடம்பு நேரானதும் ஆரம்பிக்கிறேன்; அது வரைக்கும் என்னை இந்தம்மா உயிரோட விட்டு வெச்சா.'

'பீனா காபியுடன் வர வஸந்த், 'ரெண்டு கப்புதானா?' என்றான்.

'ஏன்?' என்றாள் தலையைச் சாய்த்துக்கொண்டு.

'உங்களுக்கு வேண்டாமா காபி?'

'இப்பத்தானே சாப்ட்டேன்.'

'எனக்கு இவ்ளவு காபி வேண்டாம். நீங்க கொஞ்சம் ஷேர் எடுத்துக்கங்க. இன்னொரு கப்பு கொண்டு வாங்க.'

'வேண்டாம் வஸந்த். இப்பத்தான் சாப்ட்டேன்.'

'சொல்றதைக் கேளு. நான் உனக்காக அடிபட்டனில்லை!'

பீனா மற்றொரு கப் எடுத்துவர உள்ளே செல்ல கணேஷ் காப்பி குடிக்கத் தொடங்க, 'பாஸ், கொஞ்சம் இருங்க. எதுக்கும் அவளே ஒரு ஸிப்பு டேஸ்ட் பண்ணதும் சாப்பிடலாம். இப்ப சாப்பிடாதிங்க.'

'எதுக்கு?'

'விஷம் வெச்சிருந்தா...'

'ஸில்லி.'

'அப்ப சாப்பிடுங்க. வெள்ளிக்கிழமை படமா மாட்டிர்றேன்.'

கணேஷ் உதட்டருகில் காப்பியைக் கொண்டு சென்று தயங்கினான். சிரித்து, 'எதுக்கும் அவ வந்துரட்டும்.'

பீனா புதிதாக ஒரு கப் கொண்டுவர மூவரும் இரண்டு காபியைப் பகிர்ந்து கொண்டார்கள்.

பீனா காபியை ஒரு சிப்பியதும்தான் வஸந்த் தன் கோப்பையை முத்தமிட்டான். கணேஷ், 'பீனா இந்த இடத்தில் நீங்க தனியா இருக்கக் கூடாது. உங்க சித்தப்பாவோ யாரோ துணை வரதா சொன்னிங்களே?' என்றான்.

'சாயங்காலம் வந்துருவார்.'

'அப்பாடா, இன்னிக்கு ராத்திரி 'ததியாராதனை' இல்லைன்னு சொல்லுங்க.'

'அப்படின்னா?'

'பரிபாஷை. அடி உதைக்கு!'

'வஸந்த், கணேஷ்! ஐ'ம் ஸோ ஸாரி! என்னால உங்களுக்கு எத்தனை கஷ்டம்! நேத்தைக்கு எதுக்காக உங்க ரெண்டு பேரையும் தாக்கணும்? யார் தாக்கணும்?'

‘கேள்வி மேல் கேள்வி! எல்லாத்துக்கும் விடை கண்டுபிடிச்சிருவோம் பீனா. யார் பொய் சொல்றாங்க, யார் பாசாங்கு பண்றாங்க, எல்லாம் கண்டுபிடிச்சிருவோம். கவலையே வேண்டாம்.’

‘அப்படியா!’ என்றாள் கண்ணை இமைத்தபடியே.

இப்போதும் கணேஷுக்குக் குழப்பமாகத்தான் இருந்தது. பெண்கள் கண்களில் ஒரு சரித்திரத்தையே மறைக்க இயலும். எப்படியும் ராத்திரி மன்றாட வேண்டியதில்லை. எதற்காக இவளைப் பற்றிய சரித்திரத்தைக் கிளற வேண்டும்? அண்ணனும் தங்கையும் சண்டை போட்டுக்கொள்ளட்டும். எதற்காகச் சொந்த வேலையை விட்டுவிட்டு பீனாவின் விவகாரத்தில் வீண் அக்கறை காட்டவேண்டும்?

யோசித்துப் பார்த்ததில் பீனாவின் பெண்மையும் அழகும்தான் காரணம் என்பது கணேஷுக்குப் புரிந்தது. என்னதான் கணேஷ் அறிவு முதிர்ச்சியும் கண்ணோட்டமும் பெற்றிருப்பினும் ஒரு பெண்ணின் அழகுக்கு முன்னால் குழைகிற ஆதார ஆண் ஜாதிதான் அவனும்.

‘கணேஷ், என்னை விட்டுட்டுப் போறிங்களா?’ என்றாள். கேலி செய்கிறாளோ?

‘அதான் உனக்குத் துணைக்கு ஆள் வந்திருச்சே பீனா.’

‘இன்னிக்கு ராத்திரி படுத்துக்க வருவிங்களா வஸந்த்?’

இந்தக் கேள்வியை பீனாவைத் தவிர வேறு யார் கேட்டிருந்தாலும் விரசமாகத் தொனித்திருக்கும். பீனா கேட்கும்போது இயல்பாகக் களங்கமே இல்லாமல் தொனிக்கிறது.

‘நீங்க கேட்டதுக்காகவாவது டார்ச்சையும் மஃப்ளரையும் எடுத்துக்கிட்டு ஒரு நடை வந்து பார்த்துட்டுப் போறேங்க.’

காரில் திரும்புகையில் கணேஷ் யோசனையில் இருந்தான். சற்று நேரத்துக்குப் பின், ‘எனக்கு அவளை எடை போடவே முடியலை வஸந்த்.’

‘விட்டுரலாம்.’

‘ஏன்.’

‘மெட்ராஸ்ல உள்ள அத்தனை அழகான பெண்களையும் அவங்களுக்குள்ள சொத்துத் தகராறையும் விசாரிச்சுக்கிட்டு இருக்க நமக்கு திராணியில்லை. சமயமுமில்லை.’

‘நம்மைத் தாக்க முயற்சி செய்துட்டு ஒரு ஆள் தப்பிச்சுட்டுப் போறதாவது!’

‘திரும்பி அடிக்கலாமான்னா புகையாப் போய்ட்டானே.’

‘அந்த வாசனை!’

ஒரு மாதிரி பழம் மாதிரி வாசனை, அல்லது என்னவோ புஷ்பம் சொல்லுவாங்களே, மார்கழி மாசம் விப்பாங்களே.’

'பீனா!'

'பூ பேரா?'

'எதுக்கும் சொத்து எப்படி பாகம் பிரிஞ்சிருக்குங்கறதை மட்டும் விசாரிச்சுக்கிட்டு வந்துரு. அதுக்கப்புறம் நிறுத்திரலாம்.'

'செய்துட்டாப் போறது. வரதாச்சாரியைக் கேட்டாகக்கறார்.'

அந்த நிகழ்ச்சிக்குப்பின் நான்கு தினங்கள் கழித்துத்தான் கணேஷும் வஸந்தும் அதைப் பற்றிப் பேசினார்கள். இடையே சென்னையில் புயல் வந்து ராத்திரி பூராவும் சிம்னி விளக்கில் படித்தார்கள். இலங்கையில் தீவிரவாதிகள் அறுபது பேரை போலீஸ் கொன்றுவிட்டதாகச் செய்தி வந்தபோது பீனாவின் ஞாபகம் வந்தது. ஈழ விடுதலை இயக்கத்துக்கும் இவளுக்கும் சம்பந்த மில்லைதான். முதல் வெடி விபத்துத்தான் ஈழம். அதன் பின்னர் அதே முயற்சியில் பாசாங்கு.

வஸந்த் கொண்டுவந்த தகவல்களில் அத்தனை அதிசயங்கள் இல்லை. அந்தச் சொத்துக்கு உரிமை கொண்டாடக்கூடியவர்கள் பீனா, உத்தமைத் தவிர இருவர் இருந்தார்கள். ராஜசந்திரன், மனோஜ் என்ற இருவரும் அமெரிக்காவில் செட்டில் ஆகிவிட்ட, அமெரிக்க பிரஜா உரிமை பெற்றுவிட்ட இந்தியர்கள்.

'அவங்களுக்கு இந்தச் சொத்தில இண்ட்ரஸ்ட்டே இல்லையா?'

'ரெண்டு பேர்ல ஒருத்தர் டெலிபோன் சாஃப்ட்வேர் இன்ஜினியர். மற்றொருத்தர் பிட்ஸ்பர்கில சர்ஜன்.'

'அண்ணா தம்பிங்களா?'

'இல்லை பாஸ். எல்லாம் ஒண்ணுவிட்ட ரெண்டு விட்ட கஸின் உறவுங்க. டாக்குமெண்ட்டுகளே கொஞ்சம் ஷேடியாகத்தான் இருந்தது. இவங்க முன்னோர்கள், புறம்போக்கு, போக்கியம்னு, ரிஜிஸ்தாரார் ஒத்து ழைப்புன்னு பலமுறைங்கள்ள சொத்து சேர்த்திருக்காங்க. அதிகாரிங்களை விலைக்கு வாங்கியிருக்காங்க. பணம் பண்றதே கண்ணாயிருந்து அதை அக்க டான்னு அனுபவிக்கிற நேரம் வர்றப்பக் காலம் ஆயிட்டாங்க. சொத்து நேர் வாரிசு இல்லாத எங்கயோ பாய்ஞ்சு, திசை திரும்பி, அதனோட சம்பந்தமே இல்லாத பீனா, உத்தம் தலைல வந்து பொழிஞ்சிருக்கு! வக்கீல்கள் சொல்லித்தந்து, கொடுத்ததுதான். பீனா முதல்ல க்ளெய்ம் பண்ணவும், உத்தம் அப்புறம் வந்து சேர்ந்தவன். பேர்பாதி பங்கு. இரண்டு பேருக்கும் ஒரு கசமுசா வந்து அப்புறம் காம்ப்ரமைஸ் பண்ணியிருக்காங்க. பீனாவுக்கு, அதாவது பீனாவுடைய லாயர்ங்களுக்கு, ஆடிட்டர்களுக்கு எல்லாம் இதில நிறையக் கோபம். ஏன்னா சொத்து உரிமை இருக்கிறதைக் கண்டுபிடிச்சு, க்ளெய்ம் பண்ணி, நிறைய முயற்சி எடுத்துக்கிட்டு நிறைய செலவழிச்சும் இருக்காங்க. 1885-ல் எழுதின ஒரு காயிதத்தை ட்ரேஸ் பண்ணணும்னா சுலபமா? இவ்வளவு பண்ணி பீனாவுக்குத்தான் அத்தனையும்னு தீர்மான மாறப்போ திடுதிடுப்புன்னு மற்றொரு வழி உறவு கொண்டாடி உத்தம்

உள்ள நுழைஞ்சு சுலபமா சொத்தில் பாதிக்குமேல தட்டிண்டு போயிட்டான். இதனால உத்தம் பேர்ல பீனாவுக்கு ரொம்பக் கோபம். அது வெளியே தெரியலைன்னாலும் அந்த ஆத்திரம் இன்னும்கூட இருக்கிறது. வெளிப்படையாவே சொல்றாங்க. 'அதிஷ்டக்காரன் உத்தம்தான்யா!'ன்னுட்டு, அதனால்!'

'அதனால?'

'உத்தமைக் கொல்றதுக்கு இவ இந்த மாதிரி அமெச்சூர்தனமா முயற்சிகள் பண்றதில தப்பே இல்லை. ஆச்சரியமும் இல்லை.'

'ஒரு பெண்!'

'பாஸ்! ஒரு ஊர்ல ஒரு ராஜகுமாரியாம். கத்திச் சண்டை போடுவாளாம். சிலம்பம் ஆடுவாளாம். பாக்சிங் பண்ணுவாளாம். ஆம்பிளைங்க பண்ற எல்லா வித்தைகளையும் கத்துக்கிட்டாளாம். இவளால செய்யக்கூடாத ஒன்றைச் செய்யும் ராஜகுமாரனுக்குத்தான் இவளைக் கல்யாணம் பண்ணிக் கொடுப்பேன்னு அப்பா ராஜா சுயம்வரம் வெச்சானாம்.

'பல ராஜகுமாரங்கள்ளாம் என்ன என்னவோ செய்து பார்த்தாங்க. இவ செய்து காட்டிட்டா. கடைசில யார் ஜெயிச்சான் தெரியுமா?'

10

வஸந்த், இன்னும் ஒருமுறை இந்த ஜோக்கை சொல்லி அறுக்காத!'

'ஸாரி பாஸ், சொல்லிட்டனா? எப்ப!'

'எதையும் ஒரு முறை! த பாரு, இந்தப் பொண்ணு கொஞ்சம் அபாயகரமானவள். இவகிட்ட ஜாக்கிரதையாகவே இருக் கணும்னே வெச்சுக்கலாம். இவளுக்கு உதவி செய்யறது யாரு? அமெரிக்கால இருந்து யாரும் இங்க வரலைன்னு வெச்சக் கலாமா? ஏன்னா சொத்துக்கு மற்ற உரிமைக்காரங்க ரெண்டு பேரும் அமெரிக்காலதான் இருக்காங்க. டைப் அடிச்ச கடிதம், உத்தமை பயமுறுத்தின கடிதம், அவ பைல இருந்தது, இல்லையா?'

'பீனாவுக்கு டைப் அடிக்கத் தெரியாது பாஸ். அதுவும் தமிழ்ல.'

'அந்தக் கடிதம் அவ பைல இருந்ததுக்கு அர்த்தம் இருக்கணும் இல்லையா?'

'வேற யாராவது அடிச்சுக் கொடுத்திருப்பாங்களா?'

கணேஷ் யோசித்தான். 'உத்தம் இல்லைன்னா பீனாவுக்கு நிஜமாகவே கணிசமான லாபமா?'

'ஆமா பாஸ். அதைப் பற்றிச் சந்தேகமே இல்லை.'

'ஆகவே காரணம் இருக்கு. இவளுக்கு உத்தமைக் கொல்ற துக்கு.'

'இருக்கு. ஆனா தனியாச் செய்யமுடியாது. ஆள் வெச்சு வெடி வெச்சு, நம்மையெல்லாம் பயமுறுத்த.'

‘ஒண்ணு செய் நீ.’

‘என்ன பாஸ்?’

கணேஷ் சட்டென்று மனம் மாறினாற்போல ‘ஒண்ணுமில்லைடா. இப்ப அவ சித்தப்பாவோ யாரோ துணைக்கு வந்தாச்சில்லை! இனி நாம போக வேண்டியதில்லை.’

‘இல்லை.’

‘எதுக்கும் அந்த ரெண்டு பேரும், அமெரிக்காவில் சொன்னியே அவங்களது டெலிபோன் நம்பர் இருக்குமா?’

‘எங்கிட்ட இல்லை.’

‘கண்டுபிடி.’

‘கண்டுபிடிச்சு.’

‘அவங்க நிஜமாகவே அமெரிக்காவில இருக்காங்களான்னு ஊர்ஜிதப் படுத்திரணும்.’

‘எப்படி?’

‘உனக்குத்தான் ஆனந்தாவோ யாரோ ஒரு பொண்ணு கார்னிகி மெலன்ல இருக்குதே. அதுகூட அன்னிக்கு இருநூறு ரூபா அழுது டெலிபோன்ல பேசினியே.’

‘என்ன பண்றது, கலெக்ட் கால் எடுக்கமாட்டேன்னுட்டா!’

‘இப்ப அவளை காண்டாக்ட் பண்ணி இவங்க ரெண்டு பேரோட பேர், விலாசம் சொல்லி...’

‘புரியறது. அவங்க அமெரிக்காலதான் இருக்காங்களான்னு கண்டு பிடிக்கணும்.’

‘ஆமாம். உடனே போன் பண்ணு.’

‘இப்ப அமெரிக்காவில நட்ட நடுராத்திரி.’

‘எழுப்பு.’

‘ஏன் பாஸ் இத்தனை அவசரம்?’

‘எனக்கு ஊர்ஜிதமாத் தெரியாதவரைக்கும் ராத்திரி தூக்கமில்லை!’

வஸந்த் ஆனந்தாவுக்கு டெலிபோன் புக் பண்ணிவிட்டு கால் வந்து அவளிடம் விவரம் சொல்ல, அவள் கண்டுபிடித்து காலை விசாரித்து மறுதினம் போன் செய்வதாகச் சொன்னாள்.

பீனாவின் சித்தப்பா மத்தியானம் வந்து அவர்களைச் சந்தித்துப் பேசினார். ‘கும்பகோணம் பஸ்ஸில அவசரமா வந்தேனா. இந்தப் பொண்ணு உடனே

வான்னு தந்தி அடிச்சுட்டாளா. ஒரு கவுளி வெத்தலை வாங்க தேசாலம் இல்லை' என்றார்.

'நீங்க பீனாவுக்கு நிஜ சித்தப்பாவா?'

'ஒண்ணுவிட்ட சித்தப்பா!'

'சரிதான். எல்லாம் உங்க குடும்பத்தில ஒண்ணுவிட்ட உறவா இருக்குமோ! உமக்கு பாத்யதை உண்டா?'

'எதில?'

'சொத்திலதான்.'

'அய்யோ வேண்டாம் தம்பி. இந்தச் சொத்து எல்லாரையும் அழிச்சிருக்கு! எங்கப்பா என்னை இந்தக் குடும்பத்தில சுவீகாரமாக் கொடுக்க மறுத்துட்டார். காரணம், நாசகாரச் சொத்து இது! இவாளே பாருங்கோ, உத்தம் அடிபட்டு குத்துயிரும் குலை உயிருமா கிடக்கான். இந்தப் பொண்ணு தனியாக் கிடந்து அல்லாடறது!'

'அப்டி ஒண்ணும் அல்லாடற ஜாதியா இல்லைங்க.'

கணேஷ் குறுக்கிட்டு, 'எல்லாம் அப்றம் தெரியவரும். நீங்க அந்தப் பெண்ணை ஜாக்கிரதையாப் பாத்துக்கங்க. காலைல வந்து பாக்கறேன்.'

'எதுக்கும் இந்த இடத்து டெலிபோன் நம்பர் கொடுத்துட்டா எமர்ஜன் ஸிக்கு...'

'பீனாகிட்ட இருக்கே.'

'இவ்வளவு தூரம் வந்தாச்சு. இதையும் நோட் பண்ணிண்டாப் போச்சு. மிஸ்டர் வஸந்த், ஒரு விஷயம்.'

'என்ன சார்.'

'நாளைக்கு ரேஸ் இருக்குமா?'

'பேஷா இருக்கு. அதோட ஜாக்பாட் டிப்ஸ் வேணும்னாலும் தரேன்.'

'நீங்க ஆடுவிங்களா?'

'அவன் ஆடாத ஜூதே கிடையாதுங்க! அழைச்சிட்டுப் போங்க. ஆனா இவன் டிப்ஸ் கொடுத்தாக் கேக்காதீங்க.'

இரவு கொஞ்ச நேரம் கணேஷ் மெல்வின் பெல்லின் புத்தகத்தைப் படித்துக் கொண்டிருந்தான்.

'பெல் மாதிரி இருக்கணும்டா. எதுக்குத்தான் மான நஷ்ட வழக்கு போடறதுன்னு இல்லை. ஜப்பான் ஏர்லைன்ஸ் விமானி ஒருத்தன் ஒரு ஓட்டல்ல சாப்பிட்டுக்கிட்டு இருக்கறப்ப கோப்பை கீழே விழுந்து பீங்கான் சிதறி கண்ல பட்டு அவனைக் கொஞ்சம் டிமோஷன் பண்ணிட்டாங்க.

பெல்ட்ட வந்து சொல்லியிருக்கான். அவன் யார் மேல வழக்கு போட்டான் தெரியுமா?'

'ஓட்டல் முதலாளியா!'

'இல்லை. அது ரொம்ப சின்ன ஓட்டல்.'

'ஜப்பான் ஏர்லைன்ஸ் மேலயா?'

'அது இல்லை. அந்தப் பீங்கான் கோப்பை தயாரிக்கிற பெரிய கம்பெனிமேல கேஸ் போட்டான். சப்ளை பண்ண மோசமான கோப்பையாலதான் என் க்ளையண்ட் கண் போயிருச்சுன்னு நாப்பது மில்லியன் டாலர் நஷ்ட ஈடு வாங்கிக் கொடுத்திருக்கான்!'

'போபால் கேஸை இவன்தான் எடுத்திருக்கான் பாஸ்.'

'ஜெயிச்சுருவான்.'

'நிச்சயம்! மணி அடிக்கிறது பாருங்க.'

டெலிபோன் மணி.

'கணேஷ்.'

'கணேஷ், நான் சௌந்தரராஜன் பேசறேன்.'

'எந்த சௌந்தரராஜன்!'

'பாஸ், பீனாவோட சித்தப்பா!'

'சொல்லுங்க, என்ன விஷயம்?'

'உடனே வாங்க, எனக்கு காலும் ஓடலை, கையும் ஓடலை.'

'சொல்லுங்கோ. யாராவது உங்களை பயமுறுத்தினாளா...'

'இல்லை கணேஷ். இந்தப் பொண்ணு என்னவோ மாதிரி கிடக்கா. போர்வையைப் பிரிக்கிறதுக்கு பயமா.'

கணேஷ் உடனே சர்வமும் விழிப்படைந்து, 'வஸந்த் என்னவோ ஆயிடுச்சு. உடனே காரை எடு.'

பீனாவின் வீட்டுக்கு பதினைந்து நிமிஷத்தில் போய்ச் சேர்ந்த போது வாசலில் டார்ச் விளக்கு எரிந்துகொண்டிருக்க, சௌந்தரராஜன் மேல்துண்டைப் போர்த்துக்கொண்டு, அழுவது போல நெற்றியைச் சுருக்கிக்கொண்டிருந்தது கணேஷுக்கு வினோதமாக இருந்தது. இது என்ன சாவு வீடு போல!

'என்ன ஆச்சு சௌந்தரராஜன்!'

'உள்ளே போய் பாருங்கோ. எனக்கு நடுக்கமா இருக்கு. இப்படி ஆகும்னு தெரிஞ்சா கும்பகோணத்தை விட்டு...'

படுக்கையறையில் பீனா போர்த்திக்கொண்டு படுத்திருந்தாள். புசுபுசு என்று போர்வை. ஒரு மாதிரி அவசரமாக போர்த்திக் கொண்டாற்போலிருந்தது. தூங்கிக்கொண்டிருக்கிறாளா மயக்கத்தில் இருக்கிறாளா என்பது சரியாகத் தெரியவில்லை. வஸந்த் அருகில் சென்று போர்வையை விலக்கி உடனே மூடிவிட்டான்.

'அய்யோ!'

'என்னடா?'

'ரத்தம்!'

11

கணேஷ் ஆம்புலன்ஸ் டிரைவரைக் கடிந்துகொண்டான். 'என்னய்யா இதைவிட வேகமாகப் போக முடியாதா?' பின்னால் வஸந்த், 'பீனா! கொஞ்சம் தாங்கிக்க. ஆஸ்பத்திரி வந்திருச்சி, இதோ!' என்று சொன்னதை பீனா கேட்க முடியாமல் மயக்கத்தில் இருந்தாள். மார்பில் தாராளமாகப் பாய்ந்திருந்த ரத்தக் காயத்தைப் பார்க்க கணேஷுக்குத் தயக்கமாக இருந்தது. ஆஸ்பத்திரிக்குப் போவதற்குள் செத்துப் போய்விடுவாளோ என்று பயமாக இருந்தது. ராயப்பேட்டை ஆஸ்பத்திரிக்குப் அழைத்து செல்வதைவிட உத்தம் படுத்திருந்த தனியார் ஆஸ்பத்திரிக்கே முதலில் போனான். அங்கு எல்லா வசதிகளும் உள்ளன. நிச்சயம் ஆபரேஷன் பண்ணவேண்டியிருக்கும். போலீஸ் எதிர்ப்பையெல்லாம் அப்புறம் சமாளிக்கலாம். முதலில் இந்தப் பெண்ணின் உயிர் முக்கியம். கணேஷுக்கு அந்த அதிர்ச்சி இன்னும் உடல் நடுக்கம் ஏற்படுத்திக்கொண்டு இருந்தது. சித்தப்பா பிசாசு மாதிரி ஏதோ உளறிக்கொண்டு இருக்க போர்வையைப் பிரித்தபோது ரத்தக் குட்டை! புதிய ரத்தத்தின் ஒரு மாதிரியான வாசனை! வேண்டாம் வேண்டாம்.

எமர்ஜென்சியில் இருந்த டாக்டர், 'ஸாரி மிஸ்டர் கணேஷ், இது போலீஸ் கேஸ்' என்றார்.

'டாக்டர் இவ பொழைக்கணுமா வேண்டாமா? இப்ப ராயப் பேட்டை போறதுக்குள்ள இவ உயிர் தாங்குவாளான்னு உத்தர வாதமாச் சொல்ல முடியுமா?'

'இல்லை. ஷி இஸ் ஸின்க்கிங்!'

'போலீஸ் சிக்கலை எல்லாம் நான் அப்புறம் பார்த்துக்கறேன்.

நானும் ஒரு லாயர்தான். உங்க சர்ஜனுக்கு முதல்ல தகவல் சொல்லுங்க.'

'ஷீலா, சீஃபுக்கு முதல்ல பேஜ் பண்ணு.'

அதிவேகமாகச் செயல்பட்டு பீனா லிஃப்டில் ஆபரேஷன் தியேட்டருக்கு அழைத்துச் செல்லப்பட கணேஷ் லவுஞ்சில் உள்ள சோபாவில் சாய்ந்தான். 'டெர்ரிபிள்.'

'பாஸ், நான் இதை துளிக்கூட எதிர்பார்க்கலை.'

'நான்கூட ஏமாந்துட்டேன் வஸந்த்! முதல்ல பாண்டியனுக்கு தகவல் சொல்லிரு. பிற்பாடு போலீஸ் தொந்தரவு எதுவும் இருக்கக்கூடாது. நாம பாட்டுக்குக் கொண்டாந்துட்டம்.'

வஸந்த் நடுங்கும் விரல்களுடன் சிகரெட் பற்ற வைத்துக் கொண்டான். 'பிழைப்பாளா?'

'ஃபிப்ட்டிஃபிப்ட்டிதான்! மார்ல மத்திலதான் காயத்தைப் பார்த்தேன். ஆழமான கத்திக் குத்து. இதயத்தை மிஸ் பண்ணியிருக்குன்னு தோணுது. மூச்சுவிடக் கஷ்டப்பட்டுக்கிட்டு இருந்தா. ஆ! ஆ! ன்னு அடிபட்ட பறவை போல காற்றுக்கு அல்லாடிக்கிட்டு இருந்தா.'

'சொல்லாதிங்க.'

'அதும் ஆஸ்பத்திரிக்கு வர்றப்ப நின்னு போச்சு. டெர்ரிபிள். உத்தமுக்கு விஷயம் சொல்லணும்.'

'சொல்லிரலாம்.'

'எனக்கு என்னவோ இது இவங்க ரெண்டு பேரையும் கொல்ல முயற்சின்னு படுது!'

'உத்தம் பேர்ல ரெண்டு முறை ஆயிருச்சு. இப்ப இவமேல!'

'பாஸ், அப்ப நாம பீனா வீட்டில படுத்திருந்தப்ப நம்மைத் தாக்க வந்த ஆளு...'

'பீனாவுக்குத்தான் வந்திருக்கான். பீனாதான் எல்லாத்தையும் ஏற்பாடு பண்றான்னு முட்டாள்தனமா முடிவு கட்டிட்டு அசந்து மறந்து இருந்துட்டம்!'

'இப்ப ரெண்டு பேருக்கும் பொது எதிரி இருக்கிறதாச் சொல்றீங்க.'

'இருந்தாகணும்.'

'அந்த டைப் கடிதம், பீனாதான் உத்தமைத் தாக்கினாப்பல காட்டின தெல்லாம்...'

'ஒரு பெரிய பிளானுன்னுதான் தெரியுது.'

'யாரு?'

'தெரியலையே! நீ அமெரிக்காவுக்கு உன் ஃப்ரெண்டு கிட்ட சொல்லி தகவல் கேட்டியே?'

'இன்னிக்கு ராத்திரி போன்காலை எதிர்பார்க்கிறேன். அவங்க ரெண்டு பேர்ல ஒருத்தனா இருக்கலாமா?'

'ஒண்ணும் இப்ப சொல்ல முடியலை. என்ன டாக்டர்?'

'எமர்ஜென்ஸியில் இருந்த டாக்டர் திரும்ப வந்த போது, 'சீஃப் உடனே ஆபரேட் பண்றார். டிஷ்யூ எல்லாம் டாமேஜ் ஆயிருக்கு. பயங்கரக் காயம்' என்றார்.

'பிழைப்பாளா?'

'பிழைச்சாலும் நாலு நாளைக்கு மயக்கம் தெளியாது.'

'பார்க்கலாமா?'

'இப்ப முடியாது.'

'வாங்க பாஸ். உத்தமைப் போய் பார்த்துரலாம். இந்தப் பக்கம் ரிசப்ஷன்ல இடதுகைல எழுதிக்கிட்டு ஒரு பொண்ணு இருப்பாளே. டூட்டில இல்லையா?'

'வஸந்த், எனக்கு வார்டு தெரியும். நீ வா!'

'லிஃப்டில் இருந்த ஒலிபெருக்கி மறுபடி டாக்டர் கோவிந்தராஜைக் கூப்பிட, ஒன்பதாம் நம்பர் வார்டில் உத்தம் அயர்ந்து தூங்கிக்கொண்டிருந்தான். கணேஷ் அருகில் சென்றபோது,

'பாஸ்! இப்பவே சொல்லி பயங்காட்ட வேண்டாம்' என்றான் வஸந்த்.

'இல்லை வஸந்த், சொல்லிர்றது பெட்டர்! போலீஸ் பாதுகாப்பு கேட்க வேண்டி வரும்.'

'உத்தம்! உத்தம்!'

அவன் எழுந்திருக்கவில்லையே!

'அய்யோ அவனும் போயிட்டானா!'

'உத்தம்? உத்தம்?'

'யாருங்க அது, விசிட்டிங் அவர்ஸ் விட்டுட்டு இப்ப வந்து தொந்தரவு பண்றது' என்றாள் நர்ஸ்.

உத்தம் மெலிதாகக் கண் விழித்து கணேஷை அடையாளம் கண்டு புன்னகைத்து, 'வாங்க கணேஷ், என்ன இந்த நேரத்தில?'

கணேஷ் வார்டைச் சுற்றுமுற்றும் பார்த்தான். எதிரே இருந்த கட்டில் காலியாக இருந்தது. தனிப்பட்ட அறைதான்.

'உத்தம், ஆர் யூ கிவன் போலீஸ் ப்ரொட்டெக்ஷன்?'

'பகல் வேளைல ஒரு போலீஸ்காரர் வரார், ஏன்?'

'ஸாரி உத்தம்! இந்தச் செய்தியை இந்த வேளையில சொல்லி அதிர்ச்சி கொடுக்கவேண்டியிருக்கு!'

'ஓ நோ! என்ன விஷயம்?'

'பீனா ரொம்ப மோசமாத் தாக்கப்பட்டு கிரிட்டிக்கலா இருக்கா. இந்த ஆஸ்பத்திரிலதான் அட்மிட் ஆயிருக்கா. ஆபரேஷன் நடந்துக்கிட்டு இருக்கு.'

உத்தமின் கண்களில் பயம் கவிந்துகொண்டது. 'ஓ மை காட்! யாரு? மறுபடி அவங்களா?'

'யாருனு தெரிலை உத்தம். எதுக்கும் நீங்க கொஞ்சம் ஜாக்கிரதையா இருக்கிறது நல்லது.'

'என்ன ஆச்சு? எங்க அடி? வெடியா? மறுபடி ஈழ விடுதலையா? என்ன ஒரு தொந்தரவாப் போச்சு.'

'நிச்சயம் ஈழத்துக்கும் இதுக்கும் சம்பந்தமில்லை உத்தம்! உங்க ரெண்டு பேருக்கும் பொதுவா மற்றொரு எதிரி இருக்கிறான்!'

'பீனா எங்க இருக்கா! அவளைப் பார்க்கணுமே எனக்கு! அய்யோ என்ன செய்வேன்.'

எழுந்திருக்க முயற்சிக்க 'ஆ' என்று வலியால் துடித்து மறுபடி படுக்கையில் விழுந்தான்.

நர்ஸ் ஓடிவந்தாள்.

'என்ன மிஸ்டர், இந்த மாதிரி ஸ்ட்ரெயின் பண்ணிக்கிறது! த பாருங்க நீங்கள்ளாம் போங்க...

'சிஸ்டர், நீங்க இங்கதானே இருப்பிங்க.'

'ஆமா. நான் இங்கதான் இருக்கறது. விசிட்டர் போயிடறது!'

'உத்தம், நான் இன்ஸ்பெக்டர் பாண்டியனுக்கு ராத்திரி போலீஸ் பாதுகாப்புக்குச் சொல்றேன். நீங்க ரெஸ்ட் எடுத்துக்கங்க. ஸாரி, உங்களை டிஸ்டர்ப் பண்ணிட்டம்!'

'என்னால எழுந்திருக்க முடியலையே. உடனே போய் பீனாவைப் பார்க்கணும் போலிருக்கே.'

'ரெண்டு மூணு நாளைக்குப் பார்க்க முடியாதுன்னு தோணுது.'

'உயிரோட தானே இருக்கா? மறைக்காதீங்க ப்ளீஸ்!'

'தக்க சமயத்தில் கொண்டுவந்ததால தப்பிக்க சான்ஸ் இருக்குன்னு சொல்றாங்க. இருந்தாலும் சொல்ல முடியாது! மயக்கமா இருக்கா! வஸந்த்,

நீ முதல்ல ஆபீஸ் போயி அந்த போன் கால் அமெரிக்காலருந்து வர்றதான்னு காத்திரு!'

'கணேஷ், யாராவது ஒருத்தர் கூட இருங்க, ஐ ம் ஸ்கேர்ட்.'

'கவலைப்படாதீங்க. நான் இருக்கேன்.'

வஸந்த் புறப்பட்டுப்போய் ஒரு மணி நேரம் கழித்து போன் செய்தான்.

'பாஸ்! ஒரு சுவாரஸ்யமான தகவல்.'

'சொல்லு.'

'ராஜசந்திரன்னு அமெரிக்கால பெல் லாப்ல உறவுக்காரன் இருக்கான்னு சொன்னனில்லையா!'

'ஆமா!'

'அவன் இந்தியா வந்திருக்கிறதா தகவல் கிடைச்சிருக்கு.'

12

'வஸந்த் டெலிபோனில் சொன்ன அந்தச் செய்தியின் முழு முக்கியத்துவத்தைக் கணிக்க கணேஷுக்கு சற்று நேரமாயிற்று. 'பாஸ்? பாஸ்! இருக்கிங்களா இல்லை எதாவது மயக்கமா?'

'இல்லை வஸந்த், சொல்லு.'

'பட்சி எதுக்காக சென்னை வந்திருக்காங்கறது கைவசம் தகவல் இல்லை. அமெரிக்காவிலிருந்து கிடைச்ச தகவல்படி சென்னைக்கு வந்திருக்கிறது என்னவோ உத்தரவாதம்!'

பேர் என்ன சொன்னே?'

'ராஜசந்திரன்.'

'இருக்கிற எல்லா ஒட்டல்லையும் விசாரிச்சுப் பார்த்து ராஜசந்திரன்னு ஒரு ஆளு சமீபத்தில்...'

'விசாரிச்சுப் பார்த்தாச்சு! என்ன பாஸ், இது கூட எனக்குத் தோணாதா? கொரமாண்டல்ல அய்யா ரூம் போட்டிருக்கிறார். ரூம் நம்பர் 525. விசாரிச்சதில வெளிய போயிருக்காரு!'

'தட் வாஸ் கிளவர்.'

'பாஸ், நீங்க என்ன நினைக்கிறீங்க? இந்த ராஜசந்திரன்தான் எல்லாம் செய்றான்னு சொல்றிங்களா?'

'நிச்சயமாச் சொல்லலை. ஆனா இந்தச் சம்பங்கள்ளாம் நடக்கிற போது சொத்தில பாத்யதை உள்ள ஒரு ஆசாமி அமெரிக் காலருந்து டாண்ணு வந்து நிக்கிறதுக்கு சரியான காரணம் இருக்கணும், இல்லையா! இப்ப உத்தம், பீனா ரெண்டு

பேருமே இல்லைன்னா சொத்து யாருக்குப் போவுது, அதையாவது தெரிஞ்சுண்டியா?'

'இந்த ராஜாவுக்குத்தான் பாஸ்.'

'அப்ப இந்தாளுக்கு மோட்டிவ், காரணம் இருக்கில்லை? காலைல ரெண்டு பேரும் கொரமாண்டலுக்குப் போகலாம். அவரை விசாரிக்கலாம். அதுவரை சும்மாரு.'

'சரி பாஸ். பீனா எப்படி இருக்கா?'

'தே ஆர் ஆபரேட்டிங் ஆன் ஹர். மார்ல காயம் படாம தப்பிச்சிருக்கா. இருந்தாலும் கத்திக்குத்தால ரத்த சேதம், டிஷ்யூ டாமேஜ் எல்லாம் ஏகத்துக்கு...'

'சொல்லாதிங்க. அனாவசியமா அவளைச் சந்தேகப்பட்டமே அது தப்புதான் பாஸ்!'

'தப்பில்லை. நம்மைச் சந்தேகப்பட வச்சிருக்காங்க. இருந்தாலும் ஒரு மாதிரி வலைல விழுந்தாப்பல ஆயிருச்சு. அதான் எனக்கு வருத்தம், ரொம்ப ஈஸியா விழுந்துட்டம்!'

'இப்ப லேட்டஸ்ட் - உத்தம், பீனா ரெண்டு பேரையும் கொலை பண்ண முயற்சி நடக்குது! நடத்தறது தேர்ட் பார்ட்டி!'

'ஆமாம் அதான்! இதே சமயத்தில் அந்த அமெரிக்க தேர்ட் பார்ட்டி வந்திருக்கிறதும் நம்ம சந்தேகத்தை வலுப்படுத்துது இல்லையா?'

கணேஷ் டெலிபோனை வைத்துவிட்டு வார்டுக்குச் சென்றான். உத்தம் படுக்கையிலிருந்து எழுந்திருக்க முடியாமல் தவித்தான். 'கணேஷ் எங்க போயிட்டிங்க! ஐ'ம் வொரிட் எபவுட் பீனா.'

'ஆபரேஷன் முடிறவரைக்கும் அவளைப் பார்க்க முடியாது.'

'அவளோட பேசினீங்களா?'

'இல்லை. நான் போய்ப் பார்க்கறப்ப மயக்கத்தில இருந்தா.'

'என்ன நடக்குது கணேஷ்?'

'மிஸ்டர் உத்தம்! நான் சொல்றது உங்களுக்கு அதிர்ச்சியாக்கூட இருக்கலாம். கொஞ்சம் மிகையாகக்கூட இருக்கலாம். ஆனா நடந்தது இதுதான்னு நினைக்கிறேன். தமிழ் ஈழ விடுதலைப் போருக்கும் உங்களைத் தாக்கின துக்கும் எந்த விதமான சம்பந்தமும் இல்லை.'

'சொல்லுங்க, பின்ன யாரு? எதுக்காக எங்க ரெண்டு பேரையும்?'

'நீங்க ரெண்டு பேரும் இல்லைன்னே ஒரு பேச்சுக்கு வெச்சுக்கங்க. அதனால பயனடையக் கூடியவங்க யாராவது இருக்காங்களா?'

'அமெரிக்காலன்னா இருக்காங்க! அவங்களுக்கு இந்தச் சொத்தில் இண்டரஸ்ட் இல்லைன்னு வெளிப்படையாச் சொல்லியிருக்காங்களே.'

'வெளிப்படையாச் சொல்றது ஒண்ணு. மனசில ஒண்ணு இருக்கலாம் இல்லையா?'

'புரியும்படியாச் சொல்லுங்க.'

'நான் இன்னும் தீர்மானமா எதும் முடிவுக்கு வரலை. ஆனா நாளைக்குக் காலைல ஒரு இடத்துக்குப் போய் விசாரிச்ச பிற்பாடுதான் தெரியும். அதுவரைக்கும் நீங்க ஒரே ஒரு விஷயத்தில ஜாக்கிரதையா இருக்கணும். ராத்திரி போலீஸ் பந்தோபஸ்தோ துணையோ இல்லாம தனியாப் படுக்கவே கூடாது. வேணும்னா என்னை அனுமதிச்சா, நான் படுக்கறேன் இங்க...'

'இல்லைங்க. அதைப்பத்திக் கவலைப்படாதீங்க. நான் போலீஸ் பாதுகாப்பு கேட்டிருக்கேன். நிச்சயம் அனுப்பறதாச் சொல்லியிருக்காங்க.'

'அனுப்பலைன்னா எனக்குத் தகவல் சொல்லுங்க. நான் வர்றேன். இல்லை வஸந்தை அனுப்பறேன். போலீஸ் பாதுகாப்பு இருக்கிறது நல்லது.'

'இந்த ஆஸ்பத்திரி பாதுகாப்பான இடம். போலீஸ்காரர் ஒருத்தரை வார்டுக்கு டூட்டி போடறதா பாண்டியன் சொல்லியிருக்காரு. அதனால பயமில்லைங்க.'

'நான் வரட்டுமா. காலைல வந்து பார்க்கறேன்.'

போகிறபோது உத்தம் தன் படுக்கை அருகிலிருந்த மலர்க்கொத்திலிருந்து ஒரு மலரைப் பிடுங்கி, 'மிஸ்டர் கணேஷ், ரொம்ப தாங்ஸ்' என்று அதைக் கொடுத்தான்.

'எல்லாம் முடிஞ்சப்புறம் தாங்ஸ் சொல்லுங்க. அப்புறம் பூவோட நிறுத்தறதா இல்லை நான்!'

உத்தம் புன்னகைத்தான்.

காலை சுமார் ஒன்பது மணிக்கு கணேஷும் வஸந்தும் கொரமாண்டல் ஓட்டலுக்குச் சென்று கட்டடத்தின் அடிமடியில் இருந்த கார் பார்க்கிங்கில் ஃபியட்டை நிறுத்திவிட்டு அங்கிருந்த ஃலிப்ட் ஏறி லவுஞ்சுக்கு வந்து பிரமித்தார்கள்.

கூட்டமாக இருந்தது. 'வெல்கம் டு தி டெலிகேட்ஸ் ஆஃப் இண்டர்நேஷனல் கான்ஃபரன்ஸ் ஆன்...'

எதோ ஒரு மாநாடு போலும். சோபா சோபாவாக வெள்ளைக்காரர்கள் வீற்றிருந்தார்கள். அவர்கள் மனைவிமார் ஊர் சுற்றிப் பார்க்க வந்து குர்த்தாவும் பித்தளை நகையும் அணிந்துகொண்டு மகாபலிபுரத்தை வரைபடத்தில் தொட்டுப் பார்த்துக்கொண்டு இருந்தார்கள்.

ஓட்டல் சிப்பந்திகள் சதா புன்னகைக்கும் மெஷின்களாக அவர்கள் கவலைகளுக்கெல்லாம் பதில் சொல்லிக் கொண்டிருக்க, 525-ம் நம்பரை நோக்கி

வஸந்தும் கணேஷும் லிஃப்ட்டில் செல்ல மெஸ்ஸனைன் இடுக்கின் வழியாக ஏர்கண்டிஷன், 'இது மெட்ராஸ் இல்லை' என்று ஏமாற்றிக் கொண்டிருந்தது.

'என்ன பாஸ் பதிலையே காணம்!' வஸந்த் மறுபடி பொத்தானை அழுத்தினான். அது உள்ளுக்குள் ஊம் ஊம் என்பதுகூடக் கேட்டது. 'இந்த மாதிரி ஓட்டல்கள்ள எல்லாம் இதான் ரோதனை. ஆள் உள்ள இருக்கானா வெளிய போயிருக்கானான்னு தெரிஞ்சுக்கறதே கஷ்டம்.'

கைவண்டியில் சலவைத் துணிகளை ரூம் ரூமாக எடுத்துச் சென்று கொண்டிருந்தவனைக் கேட்டதில் அவன் வந்து கைப்பிடியைத் தள்ளி முயன்று பார்த்து, 'வெளிய போயிருக்கலாம். இல்லை உள்ளேயே தூங்கலாம்' என்று மையமாகச் சொன்னான். எதுக்கும் பெல் காப்டனுக்கு போன் பண்ணி அல்லது ரிசப்ஷனுக்கு போன் பண்ணிப் பாருங்க. எப்படி உங்களை உள்ள விட்டாங்க' என்று அஸ்திவாரத்தையே சந்தேகித்தான்.

கணேஷும் வஸந்தும் ரிசப்ஷனுக்குச் சென்று பார்த்ததில், 525-க்கு உரிய சாவி இல்லாததால் ஆசாமி அறையிலேயே இருப்பதாகத் தெரிந்தது. டெலிபோன் மூலம் எழுப்பியபோது பதிலில்லை. 'தூங்கறாரு போலருக்கு.'

''டு நாட் டிஸ்டர்ப்'னு போர்டு போடலையே' என்றான் வஸந்த்.

'இன்னும் கொஞ்ச நேரம் விட்டு வந்து பாருங்க.'

'சரி' என்று புறப்பட்டு மறுபடி லிப்ஃட்டுக்குச் செல்கையில் என்ன பாஸ், ஒம்பதே முக்கால் வரையுமா தூங்குவான்!'

'வஸந்த்! எனக்கு ஒரு சந்தேகம்!'

'பாஸ்! எனக்கும் அதே சந்தேகம்தான்! வாங்க அஞ்சாவது மாடிக்கு மறுபடி போகலாம்.'

இந்த முறை 525-ன் கதவை பலமுறை இடித்து இடித்துப் பார்த்தும் பதிலில்லை. கதவடியில் செருகியிருந்த பேப்பரை இழுத்துப் பார்த்ததில் ஓரத்தில் ரத்தமாக இருந்தது.

13

வஸந்த் அந்த செய்தித்தாளை மறுபடி ரூமுக்கு உள்ளே தள்ளிவிட்டான். 'வாங்க போகலாம்.'

'ஏண்டா?'

'கொஞ்சம் கதைல ரத்த சேதம் ஜாஸ்தியாவே இருக்குது. வாரா வாரம் இப்படி இருந்தா நம்ம பாடு சுஸ்தாயிரும். வாங்க கம்முனு போய்க்கினே இருக்கலாம்.'

'இரு வஸந்த், இந்தாளைச் சந்திக்கக்கூட இல்லை. ஏன் பயப்படற?'

'என்ன பாஸ், நியூஸ் பேப்பர்ல ரத்தம். பாக்கலிங்களா நீங்க?'

கணேஷ் செய்தித்தாளை அதன் விளிம்பிலிருந்து உருவிப் பார்த்தான்.

'டோண்ட் பி ஸில்லி, டீடா அது! தேனீர்! உனக்கு எதைப் பார்த்தாலும் ரத்தப் பிரமை!'

'இல்லை. சித்தப் பிரமை. அப்ப ஆசாமி உள்ளுக்குள்ள முழுசா உயிரோட இருக்காங்கறிங்க?'

'அப்படித்தான் நம்பிக்கை!' மணிப்பொத்தானை அழுத்தி அலுத்துப்போய் அவர்கள் விலகி வருவதற்குள் கதவு திறந்து 'யார்?' என்றது. பாதி க்ஷவர முகனாக ஒரு கண்ணாடிக்காரன் 'ஜஸ்ட் எ ஸெக்!' என்று சொல்லி மார்பில் துவாலைத் துண்டை மூடிக்கொண்டு கதவை முழுவதும் திறந்து பட்டை பட்டை பைஜாமா போட்டிருப்பதை உணர்த்தினான்.

'மிஸ்டர் ராஜசந்திரன்?'

'கால் மி ஷாண்டி! அப்டித்தான் அமெரிக்கால கூப்டுவாங்க.'

'எம்பேர் கணேஷ், இவன் பேர் வஸந்த்.'

'கால் மி வஸந்த், அப்டித்தான் இண்டியால...'

'வஸந்த், ஷட் அப்! மிஸ்டர் ராஜசந்திரன், உங்ககூட கொஞ்சம் பேசணும். எப்ப ஃப்ரியா இருப்பிங்க.'

'ரைட் நௌ. அப்புறம் ஸெமினார் போயிரணும்.'

'இப்டியேவா! குளிச்சுட்டுத்தானே?'

'என்ன சாப்டறிங்க. நீங்க எந்த யூனிவர்ஸிட்டி?'

'நாங்க லாயர்ஸ்.'

'மிஸ்டர் ராஜசந்திரன்.'

'கால் மி ஷாண்டி!'

'உங்களுக்கு உத்தம், பீனாவைத் தெரியுமா?'

'யாரு அது?'

'உங்க உறவுக்காரங்கன்னு நினைக்கிறேன்.'

அவன் கண்ணாடியைக் கழற்றி ஹா என்று ஆவியடித்து துடைத்துப் போட்டுக் கொண்டு இருவரையும் முறையாகப் பார்த்தான். 'அப்டி இருக்காங்களா என்ன? அட்ரஸ் கொடுங்க!'

'உங்களுக்கு உத்தம், பீனாவைப் பற்றி தெரியாது?'

'ரிலேட்டிவ்ஸ் இருக்காங்கன்னு தெரியும். பேர் எல்லாம் தெரியாது.'

'ப்ளஃப் பண்ணாதிங்க. நீங்க சொத்தில எதும் க்ளெய்ம் இல்லைன்னு கையெழுத்துப் போட்டுக் கொடுத்திருக்கிறதாச் சொன்னாங்க?' என்றான் வஸந்த்.

'என்ன சொத்து... என்ன கையெழுத்து?'

கணேஷும் வஸந்தும் ஒருவரையொருவர் பார்த்துக்கொள்ள அந்த ஷாண்டி, 'உங்க பேர் சரியா என்ன சொன்னீங்க. நான் இங்க வந்திருக்கிறது பிஸினஸ்-கம் ஹாலிடே ட்ரிப்ஸ். செமினார்ல பேப்பர் படிக்கிறேன். அப்றம் ஊரு சுத்திப் பாத்துட்டு ஊர் திரும்பறேன். நான் யூ எஸ் போயி பதினெட்டு வருஷம் ஆயிருச்சு. பீனா? நைஸ் நேம்! அட்ரஸ் கொடுங்க, போய்ப் பார்க்க விருப்பம். ரிலேட்டிவ்ஸ் யாருன்னு எனக்கே தெரியாது. என் சில்ட்ரன், ஒய்ஃப் எல்லாரும் அமெரிக்கால இருக்காங்க. பீனா நைஸ் நேம்!'

'அமெரிக்காவில் மனோஜ்னு இன்னொருத்தரைப் பத்தி என்ன தெரியும் உங்களுக்கு?'

அவன் மீண்டும் கண்ணாடியை எடுத்துத் துடைத்துக்கொண்டு 'நீங்க கேள்வி எதுக்குன்னு சொன்னீங்கன்னா நல்லா இருக்கும்!'

கணேஷ், 'உங்க பேருக்கு வரவேண்டிய, உங்களுக்கு பாத்யதை இருக்கிற ஒரு பெரிய சொத்தைப் பத்தி உங்களுக்கு ஒண்ணுமே தெரியாதுன்னு சொல்றீங்க! அதை எங்களை நம்பச் சொல்றிங்க!'

'புரியவே இல்லை. ஆர் யு ஃப்ரம் தி போலீஸ்?'

'ஐ டோல்ட் யூ! லாயர்ஸ்.'

'யாருக்கு?'

'வஸந்த்! வளர்த்தாதே! பாருங்க ஷாண்டி! உத்தம், பீனான்னு ரெண்டு பேரு. அவங்க ரெண்டு பேரையும் யாரோ கொலை செய்ய முயற்சித்துக்கொண்டு இருக்காங்க!'

'இன்டரஸ்டிங்! முயற்சின்னா அவங்க இறந்து போகலை இல்லை?'

'இல்லை, ஆஸ்பிடல்ல இருக்காங்க!'

'எந்த ஆஸ்பிடல்ல இருக்காங்க?'

'ஏன்?'

'திஸ் இஸ் வெரி இன்டரஸ்டிங்! எதுக்காகக் கொலை முயற்சி?'

'த பாருங்க சுத்தி வளைக்க வேண்டாம். அந்தப் பெரிய சொத்தில உங்களுக்கும் பாத்யதை. அந்த கொலை முயற்சியில் நீங்களும் சம்பந்தப்பட்டிருக்கலாம்னு நினைக்கிறேன்.'

அவன் சிரித்து, 'அபத்தம்! இருந்தாலும் கேட்க சுவாரஸ்யமா இருக்குது, மை காட்! திஸ் இஸ் த்ரில்லிங். கம்ப்யூட்டர் கான்ஃபரன்ஸுக்கு வந்தவனுக்கு நல்ல அனுபவம்தான்! அதாவது நான் கொலை பண்ண முயற்சிக்கிறதாச் சொல்றிங்க. மோட்டிவ் என்ன?'

'சொத்துதான்' என்றான் கணேஷ்.

'மதிப்பு எவ்வளவு இருக்கும்?'

கணேஷ் அவனை சற்று நேரம் பார்த்துவிட்டு 'வா வஸந்த், போகலாம்' என்றான்.

'இருங்க காபி ஆர்டர் பண்ணியிருக்கேன்.'

'நீங்க எப்ப இந்தியாவுக்கு வந்திங்க?'

'பதினாலாம் தேதி வெள்ளிக்கிழமை.'

'அப்ப நாங்க வரோம்.'

'இருங்க. அந்த பீனாவைப் பத்தி ஒண்ணும் சொல்லலையே?'

'ஆஸ்பத்திரில அட்மிட் ஆயிருக்கா. ஆபரேஷன் பண்ணியிருக்காங்க!'

'ச்... ச்... பிட்டி, உறவுக்காரங்களைச் சந்திக்கிற சந்தர்ப்பங்களை இழந்துட்டேன். செத்துட்டாளா?'

'இல்லை.'

'பேசறாளா?'

'இல்லை! வா வஸந்த்.'

கதவைச் சாத்தும்போது அவன் இருவரையும் பார்த்துப் புன்னகைத்தான். காரிடாரில் நடக்கும்போது கணேஷ் மௌனமாக வர வஸந்த், 'ஆளு ஃபோனின்னு நினைக்கிறேன் பாஸ். பேச்சே ஒரு மாதிரி இல்லை?'

'அமெரிக்காலருந்து வந்தவங்க அந்த மாதிரிப் பேசறதைக் கவனிச்சிருக்கேன்.'

'இவன் சம்பந்தப்பட்டிருக்கானா இல்லையான்னு எப்படி கண்டுபிடிக்கிறது!'

'ரூம் நெம்பர் என்ன?'

'525, பக்கத்து ரூம் 523' என்ற வஸந்தைப் பார்த்து கணேஷ் புன்னகைத்தான்.

'கில்லாடிரா நீ!'

'சாயங்காலத்துக்குள்ள நம்ம ஷாண்டியோட ரூமை தலைகீழா கவுத்துரவேண்டியதுதானே! கவலைப்படாதீங்க!'

அங்கிருந்து கோர்ட்டுக்குப் போகுமுன் இன்ஸ்பெக்டர் பாண்டியனைப் போய்ப் பார்த்தார்கள் இருவரும். முதல் விபத்து சிலோன். ரெண்டாவது வேணும்னுட்டே வெடி வெச்சது. பீனாவைத் தாக்கினதும் அப்படித்தான்.

'உத்தம், பீனா ரெண்டு பேத்துக்குமே பொதுவா எதிரி யாரோ இருக்காங்க கணேஷ்.'

'அதைத்தான் நாங்களும் தேடிக்கிட்டு இருக்கோம்.'

'ஏதாவது தெரிஞ்சுதா? சொல்லுங்க!'

'உருப்படியா எதுவும் தெரியலைங்க, உங்ககிட்ட அரைகுறை க்ளூவை எல்லாம் கொடுக்க விருப்பமில்லை.'

'பாண்டியன், ஆஸ்பத்திரில காவல் இருக்குதில்லை?'

'ஓ. எஸ்.'

'ரெண்டு பேருக்கும்.'

'ஆமா! சொத்துக்காக அடிச்சிறாங்கன்னுதான் தோணுது. வில்லைப் பார்த்தா தலைகால் புரியலை. இவங்க பேருக்கு ப்ராப்பர்ட்டி வந்ததே வினோதமாத் தான் இருக்குது. எங்கயோ பாஞ்சு வந்திருக்குது. எல்லாம் ஒண்ணுவிட்ட உறவுங்க! நேர் வாரிசுங்கறதே இல்லை!'

'சித்தப்பா என்ன சொன்னாரு?'

'யாரோ உருவம் மாதிரிங்கறாரு. சரியா அடையாம் சொல்லலை.'

மாலை கணேஷ் கோர்ட்டில் தன் அறையில் இருந்தபோது டெலிபோன் வந்தது.

'பாஸ், ஷாண்டி ரூமுள்ள பூந்துட்டேன். என்ன பண்ணன்னா...'

'நீ ஓட்டல் ரூம்ல திருட்டுத்தனமாப் பூர்றதில செய்தியில்லை! என்ன கண்டுபிடிச்ச, சொல்லு!'

'ஷாண்டி உத்தம், பீனாவைப் பத்தி தெரியவே தெரியாதுன்னு சொன்னது பொய். அவன் மேசை இழுப்பறையில ஆஸ்பத்திரி அட்ரஸ் எழுதி வெச்சிருக்கான் ஒரு சீட்டில்...'

'ஆளு திரும்பி வரலையா?'

'இல்லை.'

'மை காட்! வஸந்த், நீ உடனே ஆஸ்பத்திரிக்கு வந்துரு, நானும் அங்க போறேன்.

'எதுக்கு பாஸ்!'

'அவன் ரெண்டு பேரையும் மறுபடியும் கொல்ல முயற்சிக்கலாம்.'

14

‘இது பார்வையாளர் நேரம் இல்லை.’

‘தெரியும். நான் மிஸ்டர் உத்தமைப் பார்க்க விரும்பலை. நேரா சந்திச்சுப் பேச விரும்பலை. அவர் ரூமுக்கு போன் பண்ணிக் கேக்க முடிஞ்சா போதும்.’

‘என்ன கேக்கணும்?’

கணேஷ் வஸந்தைப் பார்த்தான். வஸந்த் அந்தப் பெண்ணின் முகத்தருகில் சென்று ‘கேன் யூ கீப் எ சீக்ரெட்!’

அவள் வஸந்தைச் சந்தேகமாக நோக்கியபடி ‘எஸ்’ என்றாள்.

‘அந்த பேஷண்ட் ஒரு ஆபத்தில இருக்கிறதா நாங்க நினைக்கிறோம்.’

‘ஆர் யூ தி போலீஸ்?’

‘சார்ட் ஆஃப்!’

‘அப்ப அவசரமாப் போயிட்டு வந்துருங்க! என்ன வார்டு?’

‘இப்படித்தான் எல்லாரையும் அனுமதிப்பீங்களா?’

‘இல்லை. நீங்க போலீஸ்ன்னதாலேதான்’ என்றாள்.

‘எங்களுக்கு அங்ககூடப் போகவேண்டாம். போன்ல குடுங்க போதும்’ என்றான் கணேஷ்.

‘உத்தம்?’ என்று ரிஷப்ஷனிலிருந்து சற்று தூரத்தில் இருந்த உள் டெலிபோனில் கூப்பிட்டான்.

‘எஸ்!’

‘நான்தான் கணேஷ். ஆர் யூ ஒக்கே?’

'ஐம் ஆல்ரைட், ஏன்?'

'ஜஸ்ட் செக்கிங்! காவலுக்கு யாரும் இருக்காங்களா?'

'வார்ட்ல ஒரு கான்ஸ்டபிள் போஸ்ட் பண்ணியிருக்காங்க.'

'கூட வேற பேஷண்ட் இல்லையே? கதவை உள்பக்கம் சாத்திக்கிட்டு ராத்திரி தூங்கறது நல்லது.'

'ஏன் கணேஷ், ஏதாவது புதுசா...'

'சில சந்தேகங்கள், சில ஹேஷ்யங்கள்! அப்றம் சொல்றேன். எதுக்கும் ஜாக்கிரதையாவே இருங்க!'

'கணேஷ்! என் கவலையெல்லாம் பீனாதான். அவ எப்படி இருக்கா?'

'சர்ஜனைக் கேட்டேன். ஆப்பரேஷன் வெற்றிதானாம்.'

'முழிச்சிக்கிட்டாளா? பேசினாளா? அவளைப் பாத்திங்களா?'

'அனேகமா நாளைக் காலையில ஞாபகம் வந்து பேசிருவான்னு தோணுது. ராத்திரியே கண் விழிச்சாலும் பரவாயில்லை.'

கணேஷ் போனை வைக்கும்போது தூரத்தில் அந்த ராஜசந்திரன் வருவது தெரிந்தது.

'வஸந்த்! வரான்!'

'அட! அய்யா டாண்ணு வந்துட்டாரு. கிட்டப் போகலாமா?'

'வேண்டாம். இங்கருந்தே பாரு.'

ராஜசந்திரன் ரிசப்ஷன் பெண்ணுக்கு அருகில் போய் விசாரிப்பதைப் பார்க்க முடிந்தது. அந்தப் பெண் தலையை ஆட்டி இது பார்வையாளர் சமயமல்ல என்று மறுப்பது தெரிந்தது. அவன் கைகளைப் பெரிசாக அசைத்து 'நான் பார்த்தே ஆகவேண்டும்! அமெரிக்காவிலிருந்து வந்திருக்கிறேன்' என்று அழுத்தமாகச் சொல்வது போல் இருந்தது. அவள் பிடிவாதமாக மறுக்க அவன் சற்று ஏமாற்றத்துடன் திரும்பிச் செல்ல...

'பாஸ்! கிளம்பிட்டான். பரவால்லை குட்டி! புடிவா... தம்.'

'எங்க போறான்?'

'டாய்லட்... நிச்சயம் இவன்தான் பாஸ்!'

டாய்லட்டிலிருந்து வெளிப்பட்டவன் சட்டென்று ஆர்டர்லி நர்ஸ்களுடன் கலந்துகொண்டு ரிசப்ஷன் பெண் பார்க்காமல் இருக்கும்போது எதிரே இருந்த லிஃப்ட்டில் நுழைந்துவிட, அவள் நிமிர்வதற்குள் லிஃப்ட் மூடிக் கொண்டுவிட, 'ஏமாத்திட்டான்! சொல்லாம கொள்ளாம நுழைஞ்சிட்டான். மேல போயிட்டான்! வாங்க க்விக்!' கணேஷும் வஸந்தும் லிஃப்டை நோக்கி ஓடினார்கள். அடுத்து லிஃப்ட் வந்து சேர்வதற்குள் பதறினார்கள்.

‘எங்க போவான்ங்கறிங்க?’

‘உத்தம் அல்லது பீனா!’

‘பாஞ்சு புடிச்சிசுரலாம். கொல்லத்தான் போவான்!’

‘முதல்ல எங்க இருக்கான் பார்க்கலாம்!’

உத்தமின் அறையை நோக்கி கணேஷும் வஸந்தும் பதற்றத்துடன் சென்றார்கள். கணேஷுக்கு தாமதமாகிவிட்டதோ என்ற பயம் இருந்தது. இந்த வேளையிலா முயற்சிப்பான்? வார்டில் சந்தடி இருக்கிறது! இல்லை ராத்திரி வேளையில வருவானா... நேர்முகமாக இப்போதே தாக்குவானா? இப்போதா? அறையிலிருந்து ‘அய்யோ! அய்யோ! யாராவது வாங்க, வாங்க! ஹெல்ப்! ஹெல்ப்!’ என்று சப்தம் கேட்டது.

‘வஸந்த், வி ஆர் லேட்!’ கணேஷ் திடீரென்று உயிர் பெற்றது போல அறையை நோக்கி ஓடினான். அங்கே ராஜசந்திரன் நின்று கொண்டிருக்க, அவன் கையில் ஒரு கத்தி இருந்தது.

‘கொல்லாதே! கொல்லாதே!’ என்று உத்தம் பாதி எழுந்த, பாதி படுத்த அவல நிலையில் உரக்கக் கத்திக்கொண்டிருந்தான். ராஜசந்திரன் ‘நான் வந்து... நான் வந்து...’ என்று அவனருகே செல்ல,

‘அய்யோ! அய்யோ! என்னை விட்டுரு! விட்டுரு!’ என்றான்.

கணேஷ் பின்பக்கத்தில் சென்று ராஜசந்திரனின் மணிக்கட்டை இறுக்கமாகப் பிடித்து கையில் இருந்த கத்தியை உதிர்த்தான்.

‘ராஜசந்திரன் திரும்பிப் பார்த்து ‘யாரு? வாட் நான்சென்ஸ்! நான் வந்து... நான்... வந்து... இந்த உத்தம் வந்து... ஐ திங்க் ஹி இஸ் ஸ்கேர்ட்’ என்று சம்பந்தமில்லாமல் உளறினான்.

‘மிஸ்டர்! என்ன பண்றிங்க கத்தியை வெச்சுட்டு?’

‘பழம் நறுக்கிக் கொடுக்கறேன்!’

‘அய்யோ! என்னைக் கொல்ல வந்தான்.’

‘வாட் நான்சென்ஸ்! மிஸ்டர் உத்தம். சொல்றதைக் கேளுங்க!’

‘கணேஷ், இது யாரு?’ என்றான் உத்தம்.

‘நானே அறிமுகப்படுத்திக்கத்தான் வந்தேன். சொன்னேன் தெரியலை? உத்தம், நான்தான் ராஜா!’

‘நோ! இவன் என்னைக் கொல்ல முயற்சி பண்றான். இவனை விடாதிங்க கணேஷ், வாசல்ல போலீஸ்காரன் இருக்கான். கூப்பிடுங்க, வந்த உடனே கத்தியை எடுத்தான். எம்மேல... எங்கிட்ட வந்து...’

‘நான்சென்ஸ்! பழம் வெட்டத்தான்!’

'பழம் வெட்டறியா! எங்கய்யா பழம்?' என்றான் உத்தம்.

'மிஸ்டர்! நீங்கள் என்ன சொல்றிங்க? நான் உங்களைக் கொல்ல வந்தேன்னா? அபத்தம்!'

'பழம் வெட்டினானா! பொய்யி! எங்க பழம்? காட்டச் சொல்லுங்க!'

வஸந்த் சுற்றுமுற்றும் பார்த்ததில் பழம் இல்லை.

'இங்கதானே இருந்தது. வேர் இஸ் தட் டாம் ஆரஞ்ஜ்! கணேஷ் என்னை அப்படிப் பார்க்காதிங்க. நான் இவனைப் பார்க்கத்தான் வந்தேன்!'

'அப்டிங்களா!'

'எனக்கு இந்தியாவே வினோதமா இருக்குது. உறவுக்காரனைப் பார்க்க வரக்கூடாதா?'

'எப்படி இந்தாளு இங்க படுத்திருக்கிறது உங்களுக்குத் தெரிஞ்சுது?'

'நீங்கதானே சொன்னிங்க!'

'தப்பு! நாங்க உங்களை காலைல ஓட்டல்ல சந்திக்கிறபோது உத்தம், பீனா ரெண்டு பேரும் எங்க இருக்காங்கன்னு சொல்லவே இல்லை.'

'டைரக்டரியைப் பார்த்தேன். போன் பண்ணினேன். ஆஸ்பத்திரியில இருக்கிறதாச் சொன்னாங்க! ஆஸ்பத்திரி அட்ரஸ் கொடுத்தாங்க!'

'ப்யூட்டிஃபுல். நல்லா ஜோடிக்கிறிங்க!' என்றான் வஸந்த்.

'வஸந்த்! நீ உடனே பாண்டியனுக்குப் போன் பண்ணிரு.'

'ஹூ இஸ் பாண்டியன்?'

'போலீஸ் இன்ஸ்பெக்டர்!'

ராஜசந்திரன் உடனே அங்கிருந்து கிளம்ப முற்பட்டான். கணேஷ் அவன் புஜத்தைப் பிடித்து நிறுத்த, 'உங்களுக்கு என்னை நிறுத்த உரிமையில்லை. நான் என்ன செய்துட்டேன்?'

'வெய்ட். யூ காண்ட் கோ' என்றான் வஸந்த்.

'ஆஸ்க் யூர் பாண்டியன் டு கம் டு தி ஹோட்டல்' என்றான். அவன் கண்கள் சிவந்துபோய்க் கைகள் நடுங்கின. கணேஷ் கையைப் பிடிப்பதை உதறிக் கொண்டு ஓடினான்.

'வஸந்த்! ஸ்டாப் ஹிம்!' என்றான் கணேஷ்.

வஸந்த் சற்றும் எதிர்பார்க்காமல் பாய்ந்து அவன் தோளில் ஒரு வெட்டு வெட்ட 'அம்மா!' என்று பிடித்துக்கொண்டு குனிந்தவனை வயிற்றில் உதைத்து 'பாஸ்டர்ட்' என்று சொல்வதற்குள் ராஜசந்திரன் காரிடாரில் விழுந்தான்.

‘ஸாரி, ஸாரி, மினிமம் ஃபோர்ஸ்!’ என்றான் வஸந்த்.

‘நீங்க எல்லாரும் இதுக்கு நிச்சயம் உதைப்படப் போறிங்க’ என்று சிரமத்துடன் சொன்னவனை கணேஷ் கவனிக்காமல் வார்டு பக்கம் வந்து கொண்டிருந்த கான்ஸ்டபிளை நோக்கி ‘எங்கய்யா போயிட்டிங்க நீங்க! இந்தாளு பாருங்க, கத்தியால தாக்கறதுக்கு வந்திருக்காரு!’

‘அப்படியா! டேய் சோமாரி யார்றா நீ!’ என்று அடிக்கக் கையை உயர்த்திய கான்ஸ்டபிளை, ‘எல்லாம் ஆயிருச்சு ஆளைப் பார்த்துக்கறோம். இன்ஸ்பெக்டரைக் கூப்பிடுங்க முதல்ல! இல்லை, நீங்க பாத்துக்கங்க. நாங்க போய்க் கூப்பிடறோம்.’

உத்தம் கண்களில் நன்றியுடன் ‘கணேஷ்! தக்க சமயத்தில் வந்து காப்பாத்தினிங்க!’ என்று சொல்ல வஸந்த் போன் செய்யச் சென்றான்.

15

போலீஸ் நிலையத்தில் இன்ஸ்பெக்டர் பாண்டியனின் அறைக்குச் சென்றபோது நள்ளிரவு சமயமாகியிருந்தது. பெஞ்ச் மேல் மிகவும் களைப்பாக ராஜசந்திரன் உட்கார்ந்திருக்க, பாண்டியன் சிகரெட்டைக் கொன்றுவிட்டு 'வாங்க கணேஷ்' என்றார்.

கணேஷ் பாண்டியனைத் தனியாக அழைத்துச் சென்று, 'என்ன, விசாரிச்சிங்களா?'

'ஆச்சு.'

'எதாவது தெரிஞ்சுதா?'

'இல்லை கணேஷ். இவனை நான் கஸ்டடியில வெக்க முடியாது. எனக்கு அவ்வளவு நம்பிக்கையா இல்லை. இவன் தான்னு தீர்மானமாச் சொல்லமுடியாது.'

'இவன் இல்லைன்னு தீர்மானமாச் சொல்லிரலாமா அப்ப!'

'அதும் சொல்ல முடியலை. இவனுக்குத் தக்க காரணங்கள் இருக்குது. எதுக்குடா இந்தச் சமயம் பார்த்து கான்ஃபரன் ஸுக்கு வந்திருக்கன்னா கெக்கபிக்கன்னு ஒரு பதில் சொல்றான். மற்றொரு முக்கியமான விஷயம் பாருங்க. தமிழ் டைப் ரைட்டர் ஒண்ணு ரூம்ல வெச்சிருக்கான். ஏதுரா இதுன்னா, 'யாரோ கொண்டுவந்து கொடுத்தாங்க. அமெரிக்காவில யாருக்கோ கொடுக்கறதுக்கு'ங்கறான். எதோ பேர் சொல்றான். சரியா இல்லை!'

'பீனா கைப்பைல இருந்த பயமுறுத்தல் கடிதம் அந்த டைப் ரைட்டர்ல...'

‘ஆமாம் கணேஷ். அதான் ஆச்சரியமா இருக்கு!’

‘அப்ப இவன்தான்.’

‘இந்தாளை எப்டிப் புடிச்சிங்க?’

‘ஒருவிதமாக ஊகம்தான். சொத்துக்கு மத்த வாரிசுங்கள்ளாம் அமெரிக்காவில இருக்கறதா உத்தம் சொன்னான். அவங்களுக்கு சொத்தில் ஆர்வம் இல்லைன்னும் சொன்னான். எதுக்கும் அவங்க அமெரிக்காலதான் இருக்காங்களான்னு விசாரிச்சுருன்னு வஸந்த்கிட்ட சொன்னேன். இவன் இந்தச் சமயத்தில் இங்க வந்திருக்கான்! ரொம்ப உதைக்குது.’

‘ஆனா இவன்தான்னு தீர்மானமாச் சொல்ல முடியாததுக்கு காரணம், முக்கியமா இவன் இண்டியாவுக்கு வந்திருக்கிற தேதி!’

‘என்ன?’

‘உத்தம் பேர்லயும் பீனா பேர்லயும் தாக்குதலுக்கு அப்புறம்தான் வந்திருக்கான்!’

‘அப்படியா! எப்படிச் சொல்றிங்க?’

‘ஓட்டல்ல பதிவானதும் அப்புறம்தான்.’

‘ஏர் இண்டியாலயும் விசாரிச்சுருங்க. பாசஞ்சர் மானிஃபெஸ்ட்டைப் பாத்துரலாம். ஏன்னா ரெண்டு மூணு நாள் முன்னால வேற பேர்ல பறந்துட்டு வேற ஓட்டல்ல இருந்திருக்கலாம் இல்லையா? பாஸ்போர்ட்டைப் பாத்திங்களோ?’

‘பார்க்கலை. காலைல பாத்துரலாம்னுட்டு.’

‘என்ன சொல்றிங்க?’

‘கண்ணைப் பார்த்தா குற்றம் தெரியலை’ என்றார் பாண்டியன்.

‘சொல்ல முடியாதுங்க. எதுக்கும் அரெஸ்ட் பண்ணிட்டு ஒருநாள் இண்டராகேஷன்ல...’

‘இல்லை சும்மா கஸ்டடியில வெச்சுக்கிறதில பிரயோசனமில்லை. இவனே இருந்தாலும் இவ்வளவு ஆனப்புறம் மறுபடி தாக்குவான்ங்கறிங்களா?’

கணேஷ் யோசித்தான். ‘நான் அவனைப் பார்த்து பேசட்டுமா கொஞ்சம்? அதுக்கப்புறம் ஆளை விட்டுருங்க.’

‘ஓ எஸ் வாங்க. மிஸ்டர் ராஜசந்திரன், இங்க கொஞ்சம் வாங்க.’

ராஜசந்திரன் ரொம்பவும் நொந்துபோய் இருந்தான். கண்களின் கீழ் கருப்பும் கவலை வளையமும் தெரிய, பாண்டியன் ரொம்ப விசாரித்திருக்கிறார் என்று தெரிந்தது. ‘கணேஷ், இது ரொம்ப ரொம்ப மோசம். நான் என்ன தப்பு செய்தேன்? என் உறவுக்காரன்னு நீங்க சொன்ன ஆளை ஆஸ்பத்திரிலே போய்ப் பார்த்தது தப்பா? அவன்கிட்ட போயி பழம் நறுக்கிக் கொடுக்க

றேன்னு கத்தி ஒண்ணை எடுத்தது தப்பா? வாட் நான்சென்ஸ்! இந்த பாண்டியன்ங்கறவர் ரொம்ப க்ரூட்! தேர்ட் டிகிரி!'

'அடிச்சாரா?'

'அடிக்கலை. ஆனா திருப்பி திருப்பி டைப்ரைட்டர், எப்ப இந்தியாவுக்கு வந்தே, எதுக்கு வந்தேன்னு கேள்வி. ஆனஸ்ட்டா அந்த டைப்ரைட்டர் ஒரு ஆள் எங்கிட்ட கொண்டுவந்து கொடுத்தது. டமில் டைப்ரைட்டர் எனக்கு எதுக்கு?'

'யார் கொண்டுவந்து கொடுத்தான்னு ஞாபகம் இருக்குமா?'

'இல்லை. நியூ ஜெர்ஸில யாரோ ஒருத்தனுக்குக் கொடுக்கணுமாம். இதெல்லாம் சகஜம். ஊறுகா பாட்டில் எம்.எஸ். டேப்புன்னு அந்த மாதிரித் தான் நான் நம்பி வாங்கிட்டேன்.'

'அவன் முகம் ஞாபகம் இருக்குமா?'

'ஸோ மெனி ஃபேஸஸ், எப்படி எல்லாத்தையும் ஞாபகம் வெச்சுக்கறது?'

'இந்த முகம் ரொம்ப முக்கியம் ராஜசந்திரன்.'

'என்னை அரஸ்ட் பண்ணுவாங்களா? பண்ணினா நீங்கதான் எனக்கு லாயர்!'

'கவலைப்படாதீங்க. அரஸ்ட் பண்ணமாட்டாங்க. நீங்க ஓட்டலுக்குப் போகலாம். உங்க பாஸ்போர்ட் இருக்கா?'

'ரூம்ல இருக்கு.'

'எப்பவும் கைல வெச்சுக்கறது நல்லதில்லையா?'

'அப்படித்தான் வெச்சிருந்தேன். ரெண்டு நாள் முன்னால பர்ஸ் பிக்பாக்கெட் ஆயிருச்சு. அதனால ஓட்டல்ல ஒப்படைச்சிருக்கேன். பாஸ்போர்ட்டை விசாரிக்கிற நிலைமை வரும்னு எண்ணலை! என்னுடைய சொந்த நாட்டில்!'

'ஓக்கே ஓக்கே. நாளைக்குக் கொண்டு காட்டிருங்க இன்ஸ்பெக்டர்கிட்ட!'

'இன்னும் என்னைச் சந்தேகிக்கிறாரா?'

'ஆமாம். உங்க எண்ட்ரி டேட்!'

'இப்ப நான் போகலாமா?'

'தாராளமா. யூ ஆர் ஃப்ரீ!'

அவன் தலையை ஆட்டிக்கொண்டு 'எனக்கு ஓட்டல் போக டாக்ஸியாவது ஏற்பாடு பண்ணினா...'

'நல்லது. செய்றம்.'

'ஆட்டோதான் கிடைத்தது. அதில் அவனை அனுப்பிவிட்டு கணேஷ் வஸந்தைக் கூப்பிட்டான்.

‘கொஞ்சம் நைட் ட்யூட்டி பண்ணிரு.’

‘என்ன பாஸ்!’

‘நேரா போய் சாப்டுட்டு ஓட்டல் பக்கம் போயிரு. வேணும்னா ரூம் எடுத்துரு கொரமாண்டல்ல. ராஜசந்திரன் எங்கயாவது வெளில கிளம்பினா, எங்க போறான், என்ன பண்றான், எல்லா விவரமும் வேணும்.’

‘ஓகே ஓகே, நிழல் வேலை! பாஸ், ஒரு கேள்வி!’

‘பதில்: அவன் மேல சந்தேகம் எனக்கு விலகவே இல்லை. இந்தாளு சொல்றது பொய்யா நிஜமான்னு தீர்மானிக்க முடியலை. அதனால கொஞ்சம் முன் ஜாக்கிரதைக்காக...’

வஸந்த் முனகிக்கொண்டே, ‘பாஸ், என் சம்பளத்தை ஜாஸ்தியாக்கணும்’ என்றான்.

‘ஏன்?’

‘நைட் ட்யூட்டி.’

‘இருபத்தி நாலு மணி நேரம் காஃபி ஷாப் எல்லாம் இருக்கு.’

‘காஃபி ஷாப்ல உங்காந்திருந்தா இந்தாளு நழுவிட்டா?’

‘குட்! பி கேர்ஃபுல். உனக்கு பத்து ரூபா சம்பளம் அதிகரிச்சுரலாம்!’

வஸந்த் கணேஷைச் சுடுவது போல பாசாங்கு செய்துவிட்டு ஒரு ஆட்டோவை நோக்கி தெருவே ஸ்தம்பிக்கும்படியாக விசில் அடித்து நிறுத்திப் பாய்ந்து சென்றான்.

கணேஷ் அறைக்குத் திரும்பியபோது தான் செய்தது கொஞ்சம் அதிகப்படியோ என்று தோன்றியது. இருந்தாலும், ராஜசந்திரன் இன்னும் சந்தேக வளையத்திலிருந்து விடுபடவில்லை. தெரிந்துகொண்டே ஜாக்கிரதைக் குறைவாக இருப்பதில் அர்த்தமில்லை.

கணேஷ் படுக்கையில் படுத்துக்கொண்டு யோசித்தான். என்ன ஒரு வினோதமான கேஸ். வினோதமான சங்கிலி!’

‘மோபரிஸ் ரோடு அரங்க விபத்து, ஈழத்தமிழர், அதன்பின் உத்தம் அடிபட்டது. பீனாவின் மேல் சந்தேகம். பீனா அடிபடுவது, இப்போது வேறு திசை - அமெரிக்காவில் வாரிசுகள், ராஜசந்திரன் இந்த சமயம் பார்த்து சென்னைக்கு வருவது. அவன் ஆஸ்பத்திரிக்குப் போவது... கணேஷுக்கு எல்லாமே குழப்பமாக இருந்தது. சங்கிலியின் தொடர்புச் சரம் பிடிபடவில்லை. அந்த சமயங்களில் எல்லாம் உட்ஹவுஸ் படிப்பான். ‘மணி இன் தி பாங்க்’கை எடுத்து வைத்துக்கொண்டு உட்ஹவுஸின் தேன் குடித்த உலகத்தில் சந்தோஷமான, கவலையற்ற மேகத்தில் மிதக்கும் உலகத்தில் சஞ்சரித்து சற்று நேரத்தில் தூங்கிவிட்டான். இளங்காலையில் கனவுகண்டான்.

ராஜசந்திரனுடன் அமெரிக்காவுக்குச் சென்று ஐ.நா.சபையில் ஈழப் பிரச்னையை வாதாடுவதாக.

ஸ்ரீலங்காவில் தமிழர்கள் தேசிய சனத்தொகையில் பதினெட்டு சதமாக இருந்தாலும் வடக்கு மாநிலங்களில் தொண்ணூற்றிரண்டு சதவிகிதமும், கிழக்கே 68 சதவிகிதமும் இருக்கும்போது தனி ஈழம் கேட்பதில் என்ன தப்பு...

டெலிபோன் தொணதொணவென்று ஒலிக்க ஐ.நா. சபையை விட்டு 'எக்ஸ்க்யூஸ் மி' என்று சொல்லிவிட்டு மற்றபேர் கைதட்ட ஒரு பச்சை டெலிபோனுக்கு வந்து 'ஹலோ' என்றான்.

'பாஸ், வஸந்த், உடனே ஓட்டலுக்கு வாங்க!'

'என்னடா?'

'ராஜசந்திரன் ஆளு காலி! லிஃப்ட்ல!'

16

கணேஷ் ஒருகணத்தில் சகலமும் விழிப்பு பெற்று முகத்தில் தண்ணீர் அடித்துக்கொண்டு பல் தேய்ப்பதுபோல் பேர் பண்ணிவிட்டு கிளம்பி கார் எடுத்துக்கொண்டு ஓட்டல் போய்ச் சேர்வதற்குள் பாண்டியன் அங்கே வந்திருந்தார். ரிசப்ஷன் பெண் முகத்தில் பீதியுடன் அவரையே பார்த்துக்கொண்டிருக்க, பாண்டியன் போனில் 'எஸ் சார், எஸ் சார், அப்படித்தான் செய்தோம்... இல்லை சார். பாடி இஸ் ஹியர். வில் வெய்ட் சார்' என்று போனை வைத்துவிட்டு 'ரோதனைய்யா... வாங்க கணேஷ், கங்ராட்ஸ்.'

'என்ன பாண்டியன்?'

'கொலை விழுந்தாச்சு. இதுவரை அடி உதை ஆஸ்பத்திரின்னு இருந்தோம்.'

'என்ன ஆச்சு பாண்டியன்? எப்படி இறந்துட்டார்!'

'பாருங்களேன். மிஸ், நீங்களும் வரீங்களா?' என்று ரிசப்ஷன் பெண்ணைக் கேட்க, அவள் மறுத்து பலமாகத் தலை யாட்டினாள்.

'ஓட்டல்ல தங்கியிருக்கிறவங்க யாரையும் வெளியே போகாம இருக்கச் சொல்லுங்க, என்ன? கொஞ்சம் மேனேஜர்கிட்ட சொல்லிட்டிங்கன்னா...'

கணேஷ் அந்த இடத்தை உத்தேசித்துச் சென்றான். அது வாகத்தான் இருக்கவேண்டும். அங்கிருந்து ஃபோட்டோ ஃபிளாஷ் அவ்வப்போது மௌனமாகப் பளிச்சிட்டது. லிஃப்ட் கதவு திறந்திருக்க கணேஷ் அருகில் சென்று பார்க்க, லிஃப்டின்

கூண்டுக்குள் மண்டி போட்டுக்கொண்டு ராஜசந்திரன் உட்காராமலும் படுத்துக்கொள்ளாமலும் ஒருமாதிரி நிலையில் இருந்தான். அவன் மார்பில் ரத்தத் துளை தெரிந்தது. மற்றபடி காயம் ஏதும் இல்லை. இறந்து போயிருந்தான்.

'பாஸ், ஆளு காலி' என்றான் வஸந்த். 'வந்து பார்க்கறேன். எல்லாரும் லிஃப்டுக்குக் காத்திருக்காங்க. இங்க என்னடா கூட்டம்னா ஆளு ஜகஜகன்னு இறங்கி வரார் ஆட்டோமாட்டிக் லிப்ட்ல! திறந்தா கீழே உக்காந்துக்கிட்டு பிடிவாதமா எழுந்து வரமாட்டேங்கறாரு.'

'வஸந்த், உன்னை எதுக்கு அனுப்பிச்சேன் இங்க?'

'கண்காணிக்கத்தான்! அதுக்காக அவன் பின்னாடியே அலைய முடியுமா? முதல்ல இவன்தான் கொலை பண்ணப்போறான்னு பேசிக்கிட்டிருந்தோம். இவனைக் கொலை பண்ணப் போறாங்கன்னு ஒரு வார்த்தை சொல்லிருந்தா வேறு மாதிரி கண்காணிச்சிருப்பேன்.'

'என்ன ஆச்சு, சூசகமாச் சொல்லு.'

'லவுஞ்சில காத்திருந்தேன். வீல்னு ஒரு சப்தம். வீலை நோக்கிப் போனேன். திறந்த லிஃப்ட். உள்ளே ரா.சந்திரன். இதைவிடச் சுருக்கமாச் சொல்ல முடியாது.'

'துப்பாக்கி குண்டு மாதிரிதான் இருக்குது.'

'இல்லை, ஐஸ்பிக் மாதிரி கூர்மையான ஆயுதத்தினால் சுத்தமா ஒரு குத்து குத்தி இருக்கலாம். ரத்த சேதம் அதிகமில்லாம கச்சிதமா செத்துப் போயிருக்காரு. பாவம், அமெரிக்கால எவ்வளவு வழி இருக்கு சாவுறதுக்கு!

'பாண்டியன்கிட்ட நாம விசாரிச்சது எல்லாத்தையும் சொல்லிட்ட இல்லை!'

'சொன்னேன். ஒரு ரிப்போர்ட்டையும் எழுதித்தரச் சொல்லிட்டார். இப்ப யாரை சஸ்பெக்ட் பண்ண முடியும்? உத்தம், பீனா இருவரும் தாக்கப்பட்டு ஆஸ்பத்திரில கிடக்காங்க. மூன்றாவது ராஜசந்திரன் அமெரிக்காலேந்து வந்து நுங்கம்பாக்கம் ஐரோட்டுல உயிரை விட்டான். அங்கேயே சாவக்கூடாதா! சாலை விபத்து எத்தனை இருக்கு! எத்தனை துப்பாக்கி!'

'இப்ப யாரைச் சந்தேகிக்க முடியும் வஸந்த்.'

'இன்னொரு வாரிசு பாக்கி இருக்கானே, அவனும் அமெரிக்காலதான் இருக்காப்பல.'

'அதைச் சரியா விசாரிச்சியோ?'

'இல்லை பாஸ்! இந்த ராஜசந்திரனை விசாரிச்சதில் அவன் இந்தியாவுக்கு வந்திருக்கான்னு தெரிஞ்சுதான் அதோட விட்டுட்டேன்!'

'ஒருவேளை ரெண்டுபேரும் கூட்டாச் சேர்ந்து வந்திருக்காங்களோ என்னவோ?'

‘எதுக்கு?’

‘சொத்தைப் பத்தி விசாரிச்சு தட்டிக் கேக்கறதுக்கு. உத்தமை ஆஸ்பத்திரியில போய்ப் பார்த்துட்டு... ம்ஹூம்...’

‘இருக்கலாம் பாஸ்! இவங்களுக்குள்ள சண்டை வந்துருச்சோ என்னவோ!’

‘எல்லாம் ஊகம்! எதையோ மிஸ் பண்றோம்!’

‘அல்லது பாஸ் ஒரு வேளை...’

‘அல்லது, அல்லது போட்டுக் குழப்பாதே, என்னால நினைக்கவே முடியலை... என்ன பாண்டியன்?’

‘இந்தாள் பாஸ்போர்ட்டை பார்த்தேங்க. இவன் சொல்ற டேட்டுங்க எல்லாம் சரிதான். இவன் வந்து உத்தமைக் கத்தி எடுத்துக் குத்த எதுக்கு முயற்சி பண்ணான்? அதுதாங்க உதைக்குது!’

‘எனக்கு இந்தக் கேஸில் எல்லாமே உதைக்குது! ஒரு உளச்சரடு அகப்படலை இன்னும். ஆமாம் பாண்டியன், நாங்க எதுக்கு இந்தக் கேஸ்ல மன்னாடணும்? கண்டுபிடிக்கவேண்டியது நீங்கதானே?!’

‘ஆமாங்க, வாஸ்தவம்தான்! எங்க தலைவலி இது! நீங்க கவலைப்படாதீங்க. எப்படியாவது கண்டுபிடிச்சுரலாம். உங்களுக்கு இதுவரை தெரிஞ்சதை மட்டும் எழுதிக் கொடுத்துருங்க. வஸந்த் சொன்னாரில்லை?’

‘சொன்னேங்க’ என்றான் வஸந்த். ராஜசந்திரனை வெள்ளைத் துணியில் மூடி ஆம்புலன்ஸை நோக்கிக் கொண்டு செல்லுகையில் அந்த ரிசப்ஷன் பெண்ணை வஸந்த் பார்த்து அவளருகே சென்று, ‘என்ன பயமா இருக்குதா?’

‘ஹி இஸ் டெட்’ என்றாள் உதட்டைக் கடித்துக்கொண்டு. பார்வையில் பயம் இருந்தது.

‘இதெல்லாம் என்ன, தலையில்லாமலே பாடியையெல்லாம் பாத்திருக்கோம்’ என்றான்.

‘ஓ மை காட்!’

‘ரொம்ப பயமா இருக்குதா? யாரையேனும் கட்டிக்கலாம்போல இருக்குதா?’

‘வஸந்த்! இதுக்கெல்லாம் எப்படிடா உனக்கு டயம் இருக்குது. நினைச்சுப் பார்க்கவே முடியலையே!’

‘பின்ன என்ன பாஸ்! ராத்திரிலிருந்து தூக்கமில்லாம விழிச்சுகிட்டுக் கிடக்கேன். ஏதாவது ஒரு ஆறுதல் பரிசு வேண்டாமா? மிஸ், ரொம்ப பயமா இருந்தா வாங்க, ஏதாவது ரூம்ல போய் ரெஸ்ட் எடுத்துக்கிட்டு கோலோ மால்ட் சாப்பிடலாம்.’

'சீ, வா?'

காரில் மௌனமாகச் சென்றுகொண்டிருந்த கணேஷின் சிந்தனை சுழன்றது.

'நீங்க சொல்றதுதான் சரி' என்றான் வஸந்த் ரவுண்டானாவில்.

'என்ன?'

'இந்த கேஸ்ல நமக்கு என்ன ஜோலி? பட்டறைல ஈ! யோசிச்சுப் பாருங்க. பீனா உங்களுக்குத் தெரிஞ்சவங்க. அதனால திறப்பு விழாவுக்கு அழைப்பு. வெடி விபத்தைப் பார்த்தோம். அவ்வளவுதான். அதுக்கப்புறம் யாரும் உங்களை வெத்தலை பாக்கு வெச்சு அழைக்கலை. போலீஸ் உங்களை ஒண்ணும் கெஞ்சிக் கேக்கலை. இதை விசாரிச்சு குற்றவாளி யார்னு கண்டு பிடிக்கணும்னு கட்டாயமில்லை. ரைட்?'

'ரைட்.'

'பின்ன எதுக்காக மன்னாடணும்?'

'அதான் எனக்கும் புரியலை. ஏதோ ஒருவிதத்தில் இது என்னை வசீகரிக்கிறது. எங்கயோ ஒரு முக்கியமான பாயிண்டைக் கோட்டை விட்டிருக்கோம்!'

'எல்லாம் பாண்டியன் காப்பாத்துவாரு. கண்டுபிடிப்பாரு. இன்னைக்கு நமக்கு...'

'வஸந்த்! இன்னொருத்தன் பேர் என்ன சொன்னே?'

'மனோஜ், பிட்ஸ்பர்கில் சர்ஜன். அவன் இங்க வந்து சொத்துக்காகக் கொலை பண்ணிருப்பான்னு சொல்றிங்களோ? அபத்தம்!'

'சொத்து மதிப்பைப் பொருத்தது.'

'அமெரிக்காவை விட்டு இங்க வந்தா?'

'ராஜசந்திரன் வந்திருக்கானே! பெல் டெலிபோன்ல வேலை...'

'இவன் வந்ததுக்காவது நேரா காரணம் இருக்குது. மாநாடு! அப்படியே உறவுக்காரன்னு சொல்றாங்களே. அவங்களையும் பார்த்துக்கிட்டு... பிட்ஸ்பர்க் சர்ஜன்?'

எதுக்கும் பிட்ஸ்பர்க்ல அவன் இருக்கானான்னு விசாரிச்சுரேன் இப்ப!'

'ஓக்கே! பாஸ், உண்மையைச் சொன்னா உங்க வாசனையே எனக்குப் புரியலை!'

கணேஷ் சற்று நேரம் மௌனத்துக்குப் பிறகு அதிர்ச்சி பெற்றவனைப் போல பிரகாசமானான். 'வஸந்த்! கை குடு!'

'கை குடுத்தா கார் குடை சாஞ்சுரும்! என்னவாம்?'

'முதல்ல ஆஸ்பத்திரிக்கு ஓட்டு!'

'எதுக்கு?'

'என்ன அட்மிட் பண்ணணும்!' கணேஷ், வஸந்தைப் பார்த்து வினோதமாகப் புன்னகை செய்தான்.

17

அந்தக் கணத்திலிருந்து கணேஷின் போக்கு வினோதமாக இருந்தது. எதற்கு என்று வஸந்திடம் சொல்லாமல் பல காரியங்கள் செய்தான். ஏதோ ஒரு குறிக்கோள் இருப்பதாகத் தெரிந்தது. என்ன குறிக்கோள் என்றுதான் தெரியவில்லை.

'முதலில் என்னை ஆஸ்பத்திரில அட்மிட் பண்ணணும். அதுக்கு என்ன வேணா பொய் சொல்லிக்கோ வஸந்த்.'

'எதுக்கு பாஸ்?'

'அப்றம் சொல்றேன்.'

'சரி. ஹார்ட் அட்டாக்குன்னு சொல்லட்டுமா!'

வேண்டாம். இன்டென்ஸிவ் கேர் யூனிட்டில் அட்மிட் பண்ணிருவாங்க. அதைவிடக் கொஞ்சம் சல்லிசா!'

'ம்... வயிற்றில் வலி. லேசாதான். வலி ஒருவேளை ஹெர்னியாவோ என்னும்படியா?'

'அது பெட்டர்ங்கறியா!'

'ராத்திரி வேளையில யாரும் ஹெர்னியாவுக்கு ஆபரேட் பண்ணமாட்டாங்க. ரிஸ்க்தான். உங்க குறிக்கோள் அட்மிட் ஆகவேண்டியது. அவ்ளவ்தானே! எதுக்குன்னு சொன்னிங்கன்னா உபகாரமா இருக்கும்.'

'கண்காணிக்க.'

'யாரைன்னு சொன்னிங்கன்னாக்கூட உபயோகமா இருக்கும்.'

'வஸந்த்! இன்னைக்கு ராத்திரி கொலைகாரன் ஆஸ்பத்திரிக்கு நிச்சயம் வரப்போறான்.'

‘யார் சொன்னா?’

‘அப்படின்னு ஒரு பட்சி சொல்லுது எனக்கு.’

‘அதுக்காக?’

‘உத்தம் அல்லது பீனாவுடைய அறைல சத்தமில்லாம வந்து, சதக்குன்னு குத்தப்போறான்!’

‘என்ன பாஸ் இந்த வேளைல கவிதையா!’

‘அதனால அவங்களுக்கு பதிலா நாம இருந்தாக வேண்டியது!’

‘அச்சா அச்சா! இனிமே படம் வரையாதிங்க. புரியுது!’

‘அவுட்பேஷண்டில் கம்ப்யூட்டர் டெர்மினல் அருகில் இருந்த பெண் ‘நேம்?’ என்றாள்.

‘கணேஷ்.’

‘இதற்குமுன் இந்த ஆஸ்பத்திரிக்கு வந்திருக்கிறீர்களா?’

‘இல்லை. பேஷண்டாக வந்ததில்லை.’

அவள், ‘கணேஷ் என்.பி.’ என்று டெர்மினலில் கொத்தினாள். அது கொஞ்சம் யோசித்துவிட்டு ‘கீக்’ என்றது.

‘என்ன உங்களுக்கு மிஸ்டர் கணேஷ்?’

‘அப்டாமினல் பெயின்.’

டைப் அடித்துக்கொண்டே, ‘இதற்குமுன் இருந்ததா?’

எல்லாக் கேள்விகளையும் திரையில் ஆஸ்பத்திரி கம்ப்யூட்டர் கிக் கிக் என்று சொல்லிச் சொல்லி உள்ளே வாங்கிக்கொண்டது.

‘இப்ப என்ன?’

‘ஸிண்ட்ரோம் பார்த்துச் சொல்லும், அட்மிட் பண்ண வேண்டுமா இல்லையா என்று தகவல் வரும்.’

‘காத்திருக்கும்போது மேஜைமேல் கிடந்த ரீடர்ஸ் டைஜஸ்ட்டில் கணேஷ், வெர்டான்ட் என்றால் பச்சை என்று மனத்தில் கொண்டு அடுத்த பக்கத்து விடையைப் பார்ப்பதற்குள் கம்ப்யூட்டர் கீ...க் என்று கூப்பிட்டுவிட்டு, ‘அட்மிட் ஆஸ் இன் பேஷண்ட்! ரெஃபர் டு டாக்டர் வி.கே.ஜி இன் தி மார்னிங்’ என்றது.

‘தாங்க்ஸ்’ என்றான் கணேஷ் பெருமூச்சுடன்.

‘இந்த ஃபாரங்களை நிரப்புகிறீர்களா?’

‘நீங்க எது சொன்னாலும் நிரப்பறேன்’ என்றான் வஸந்த். அந்த பெண் அவனை ஒருமுறை கோபமாகப் பார்த்துவிட்டு குனிந்து கொண்டாள்.

லிஃப்ட்டில் 'சரியான காட்டான்டா நீ. எது சொன்னாலும் நிரப்பறானாம்!'

'எல்லாம் அப்படித்தான் பாஸ்! காலைல ஷிஃப்ட் முடியறதுக்குள்ளே இவளை மாத்தமாட்டிக்ஸ் பண்ணிட்டா என்ன தர்றிங்க?'

'ஒரு அறை! வா முதல்ல ரூமைப் பார்க்கலாம்.'

நான்காவது மாடியில் இருந்தது அறை. இவர்கள் போய்ச் சேருவதற்குள் கட்டிலில் கணேஷின் பெயர் எழுதி அட்டை ரெடியாகிவிட்டது. ஒரு நர்ஸ் வந்து டெம்பரேச்சரும் பல்ஸூம் குறித்துக்கொண்டு போனாள். வஸந்த் நாற்காலியை இழுத்துப் போட்டு அருகே உட்கார்ந்துகொண்டான்.

'என்ன உக்காந்துட்ட! முதல்ல அங்க இங்க விசாரிச்சு பீனா எங்க இருக்கான்னு கண்டுபிடிச்சுக்கிட்டு வா.'

'கண்டுபிடிச்சு?'

'அவ படுக்கைல நான் படுத்துக்கணும். அப்றம் உத்தம் படுக்கைல நீ படுத்துக்கணும்!'

'புரியலை.'

'எப்படியாவது ஸ்ட்ரெச்சர் வெச்சு எதாவது தகிடுதத்தம் பண்ணி ரெண்டு பேரையும் இன்னி ராத்திரிக்காவது இங்க கொண்டு வந்து விட்டுரணும். என்ன?'

'எப்படி பாஸ்! எப்படி இது சாத்தியம்? பேசாம ஆஸ்பத்திரிலே சொல்லி ரூம் மாத்திரச் சொல்லலாமே.'

'அதுக்கு டயம் இல்லை. மேலும் குற்றவாளியைப் பிடிக்க கொஞ்சம் ரிஸ்க் எடுக்கணும்.'

'அவங்க ஒத்துழைப்பு வேண்டாமா? உத்தம், பீனா?'

'போய்ப் பார்த்துரலாம்.'

'முதல்ல பீனாவைப் போய்ப் பார்க்கலாம்.'

பீனா போஸ்ட் ஆபரேட்டிவ் கேரிலிருந்து ஸ்பெஷல் வார்டுக்கு மாற்றப்பட்டிருந்தாள். அவளைச் சுற்றிலும் அவளுடன் பற்பல குழாய்கள் இணைக்கப்பட்டிருக்க, வாய் லேசாகத் திறந்து கண்கள் மூடியிருந்தாலும் மார்பு சீராக இயங்கிக்கொண்டிருந்ததால் அபாய நிலையைக் கடந்துவிட்டாள் என்று தெரிந்தது. மானிட்டரின் ஆரஞ்சுத் திரை செகண்டுக்கு ஒருமுறை இதயத் துடிப்பை வரைந்துகொண்டிருக்க அதன் அலார்ம்கள் யாவும் கட்டுப்பாட்டில் இருந்ததாகத்தான் தெரிந்தது. மேஜையருகில் ஒரு நர்ஸ் முதுகு காட்டிக்கொண்டு சற்றே சாய்ந்திருந்தாள்.

'சான்ஸே இல்லை பாஸ். இத்தனை குழாய்களை நீக்க முடியுமா?' என்றான் வஸந்த் ரகசியமாக.

கணேஷ் யோசித்தான். 'முடியாது போலிருக்கு. சரி, நீ போய் எனக்குக் குடுத்த அறையில் படுத்துரு. தூங்கிப் போயிடாதே, என்ன?'

'நீங்க எங்க போறீங்க பாஸ்!'

'நான் உத்தமைப் பார்த்துட்டு வரேன். முடிஞ்சா, அவனை இடம் மாற்றலாம்.'

'சரி பாஸ்.'

'வஸந்த், கொஞ்சம் ஜாக்கிரதையாகவே இரு.'

'வேணா, இந்த காரிடார்ல கொஞ்சம் அலையட்டுமா பாஸ்!'

'இல்லை, அங்கயே போயிரு.'

கணேஷ் செல்ல, கொஞ்சம் சிந்தனையுடன் வஸந்த் கணேஷுக்கு அளிக்கப்பட்ட அறைக்குச் சென்றான். கணேஷின் போக்கு இன்னமும் புரியவில்லை. உத்தம், பீனா இருவரில் ஒருவர்மேல் ஒரு கொலை முயற்சி நடைபெறப் போகிறது என்று கணேஷ் நம்புவதாகத் தெரிந்தது. பீனாவை இடமாற்றம் செய்கிறாற்போல் இல்லை. உத்தமை மாற்றப் போகிறானா? ரிஸ்க் எடுக்கிறானா? வஸந்த் அறைக்கு வந்து ஒரு மணி நேரமாகியும் கணேஷ் வரவில்லை. விளக்கை அணைத்துவிட்டு வஸந்த் படுக்கையில் படுத்தான். இரண்டு கட்டில் கொண்ட அறை. நோயாளி, துணை இருவருக்கும் ஏற்பட்டது. அதில் ஒன்றில் படுத்தபோது வஸந்த் மணி பார்த்தான். பன்னிரண்டு, கணேஷ் வரப்போகிறான் என்று மெல்லிய இருட்டில் காத்திருக்க வந்தது கணேஷ் இல்லை. அந்த உருவம் மெல்ல அணுகி, ஏதோ ஒரு ஆயுதத்தை எடுக்க வஸந்த் காத்திருந்தான்.

18

ஆயுதம் என்னவென்று இருட்டில் தெரியவில்லை. ஒரே ஒரு முறை 'பளிச்!' வஸந்த் படுக்கையிலிருந்து விலகுவதற்குள் அவன் மேல் இறங்கிவிட்டது. கடைசி சமயத்தில் அந்தக் கையை விலக்க முடிந்தாலும் கூர்மை ஒன்று முகத்தில் பட்டு, வலிக்காவிட்டாலும் ரத்தம் ஈரம் உடனே கிடைத்து, ரத்தம் கன்னத்தில் வழிவதை கோடாக உணரமுடிந்தது. அன்னியன் மிகவும் அவனைக் கொல்ல விரும்புகிறான் என்று தெரிந்தது. என்னையா? வஸந்தையா? எதற்கு? என்று மனத்தின் ஓரத்தில் எண்ணம் பளிச்சிட்டாலும் அட்ரினலின் பிரவாகத்தில் சகல சக்திகளும் விழிப்பு பெற்று அவனைப் பலம் கொண்டமட்டும் விலக்க முற்பட அவன் மாற்றி மாற்றி இலக்கின்றிக் குத்த, வஸந்த் கிடைத்த மணிக்கட்டைப் பற்றிக்கொண்டான். ஒரு சந்தர்ப்பத்தில் அவன் மூச்சுக் காற்று வஸந்துக்கு மிக அருகே வந்து வீச ஜின்ட்டகன் வாசனை. வஸந்த் திட்டிக்கொண்டே முழங்காலால் அவன் அடி வயிற்றில் உதைக்க, மற்றொரு குத்து மிக அபாயகரமாக வஸந்தின் மார்பை உரச, எதிராளியிடம் இருந்த ஆயுதச் சலுகையினால் வஸந்த் பெரும்பாலும் தன்னைப் பாதுகாத்துக்கொள்ள வேண்டியிருந்தது. தாக்க முடியவில்லை.

ஒரு கட்டத்தில் அவன் திடீர் என்று விலகிவிட்டான். நேராக அறை வாசலுக்குப் போகாமல் சற்றுப் பெரிதான ஜன்னல் வழியாக அதன் திரையை விலக்கி அந்தப் பக்கம் குதித்து விட்டான்.

வஸந்துக்கு உடம்பெல்லாம் நடுங்கியது. தள்ளாடி விளக்கைப் போட்டான். தன்மேல் அத்தனை ரத்தத்தைப் பார்த்துத் திகைத்

தான். சட்டையெல்லாம் ரத்தம். முகத்தில் புழு நெளிவது போல உணர, தொட்டுப் பார்த்தால் ரத்தம். கண்ணாடியில் முகத்தைப் பார்த்துக்கொண்டான். படுக்கையடி மணியை அடித்தான். எழுந்திருக்க முடிந்தது. வெளிச்சம் கிடைத்த தைரியத்தில் ஜன்னல் அருகில் சென்று எட்டிப் பார்த்தான். இவ்வளவு ஆழம் குதித்திருக்க முடியாது. கீழ்மாடியின் சன்ஷேடில் குதித்திருக்கலாம். எங்கே இந்த கணேஷ் சரியான சமயத்தில் காணாமல் போய் விட்டார். இந்த அடி அவர் பட்டிருக்கவேண்டியது. என்னை சூ காட்டிவிட்டு எங்கே போய்ப் படுத்திருக்கிறார்! இப்போது ஆஸ்பத்திரியையே எழுப்ப வேண்டும். எச்சரிக்க வேண்டும். அதற்குமுன் காயங்கள். வஸந்துக்குத் தான் உயிருடன் இருப்பதே குழப்பமாக இருந்தது. நைட் ட்யூட்டி நர்ஸ் வந்து 'மை காட்! என்ன ஆச்சுங்க!' என்றாள்.

'சிஸ்டர்! உங்கள் ஆஸ்பத்திரியில் பேஜிங் இருக்கிறதா? கணேஷ் என்பவரைக் கூப்பிட முடியுமா?'

'அதெல்லாம் இருக்கட்டும். யூ ஆர் ப்ளீடிங். என்ன ஆச்சு?'

'யாரோ என்னைத் தாக்கினார்கள். கத்திபோன்ற கூர்மையான ஆயுதத்தால்! தப்பித்ததே அதிர்ஷ்டம்!'

'திருடனா!'

'அய்யோ! பேர் கேட்டு வெச்சுக்கலை. ஏதாவது முதல் உதவி செய்யறீங்களா?'

நர்ஸ் உள் டெலிபோனில் காஷுவாலிட்டியைக் கூப்பிட்டு டாக்டருக்கு தகவல் சொல்ல ஏற்பாடு செய்து வஸந்தின் சட்டையைக் கழற்றி மறுபடி, 'ஓ மை காட்!'

★

பீனா லேசான மயக்கத்தில் இருந்தவள் போலவோ, அல்லது அசதியாகத் தூங்குபவள் போலவோ படுத்திருந்தாள். தனிப்பட்ட அந்த அறையில் இருந்த எலக்ட்ரிக் கடிகாரம் சப்தமில்லாமல் செகண்டு செகண்டாக ரத்தநிற முள்ளால் நகர்ந்து கொண்டிருந்தது. பீனா கண்ணைத் திறந்ததும் அதைத்தான் பார்த்தாள். அறையில் வெளிச்சம் இருந்தது. அவள் கண்பார்வை இங்கு மங்கும் உருண்டது. ஒரு நர்ஸ்! ஓரத்தில் மேசைமேல் தலை பதித்துக் கண் அயர்ந்துகொண்டிருக்க பீனாவுக்கு இப்போதும் அப்போதுமாக மயக்கம் தெளிந்து ஞாபகவிளிம்பில் தான் ஏன் ஆஸ்பத்திரியில் இருக்கிறோம் என்பது புரியாமல் இருந்தது. அன்றிரவு நடந்தது லேசாகத்தான் ஞாபகம் இருந்தது. சித்தப்பா 'ஒரு கவுளி வெத்தலை வாங்க தேசாலம் இல்லை. பக்கத்தில் வெத்தலைக் கடை திறந்திருக்குமா?' என்று கேட்டதும், 'திறந்திருக்காது, நீங்க போய்ப் படுங்க' என்றதும், அவர் அவளுடன் ஒரே அறையில் படுத்திருக்கத் தயங்கினதும், இரவில் தூங்கிக்கொண்டிருக்கையில் உள்மனம் குறுகுறுப்பில் எழுந்தபோது நேர்மேலாக அவள் மார்பில் கத்தி இறங்கியதும்... அந்த முகம்!

அதற்கப்புறம் முழுசாக இப்போதுதான் விழிப்படைந்திருக் கிறாள். பேசிப்பார்க்க வேண்டும். 'யாரு?' என்றாள். லேசாகத்தான் குரல் வெளிப்பட்டது. தூரத்தில் அந்த நர்ஸும் வாயிற்படியருகில் ஸ்டூலில் ஒரு போலீஸ் கான்ஸ்டபிளும் தூங்குவது தெரிய மறுபடி கூப்பிட முயற்சிக் காமல் அறையைச் சுற்றுமுற்றும் பார்க்க, கண்ணாடி உடையும் சப்தம் கேட்டது. ஜன்னல் திரை ஆடுவது தெரிந்தது. காற்றாகத்தான் இருக்க வேண்டும். இதெல்லாம் தெரிகிறது. நான் பீனா, நான் உயிரோடு இருக் கிறேன். அதோ அந்த ஜன்னல் திரை சலசலக்கிறது. மருந்து பாட்டில், தன்னுடன் இணைக்கப்பட்ட குழாய்கள் எல்லாம் தெரிகின்றன. என்னைக் கொல்ல நினைத்து அவனால் கொலை செய்ய முடியவில்லை. நான் உயிருடன் இருக்க, இந்த திரைச்சீலை ஏன் இப்படி நடுங்குகிறது? பீனா உணர்ந்துகொள்வதற்குள், தன் சக்தி அனைத்தையும் திரட்டிச் சேர்த்து கத்துவதற்குள் திரை விலக்கப்பட்டு ஜன்னலிலிருந்து குதித்தவன் கையில் வைத்திருந்த கத்தியில் ரத்தம் கூடத் தெரிந்தது.

'ஆ, ஆ, ஆ!...!'

கணேஷ் மெல்ல காரிடாரில் மேலும் கீழும் நடந்து கொண்டிருந்தான். போலீஸ்காரர் லேசாகக் கண்ணயர்ந்தாலும் இவன் நின்றுகொண்டே, நடந்துகொண்டே கண்ணில் தண்ணீர் அடித்த விழிப்புடன் இருந்தான்.

பீனாவை அறையைவிட்டு விலகாத நிலையில் உபரியாக தானும் அந்த அறையில் காவல் இருப்பதுதான் உசிதம் என்று தீர்மானித்து மெல்ல, காலணிகளில் சப்தம் எதிரொலிக்க அறை வாசலில் ரோந்து வந்தான்.

ஒவ்வொரு முறையும் பீனாவைக் கடக்கும்போது அவள் படுக்கையின் அசைவின்மையைக் கவனித்தான்.

இந்த முறை பீனா லேசாக அசைவது தெரிய, நின்றான்.

அவள் ஏதாவது பேச முற்படுகிறாளா என்று கவனிக்க உள்ளே சென்றான்.

அப்போதுதான் அந்தத் திரை அசைவதைக் கவனித்தான். கணேஷின் முதல் இச்சை உடனே அதை நோக்கிப் பாய்வதுதான். அந்த இச்சையைக் கட்டுப் படுத்தி தன் எல்லா அசைவுகளையும் அடக்கிக்கொண்டு சிலைபோல நின்றான்.

திரை இன்னும் தீவிரமாக அசைய, யாரோ ஜன்னலிலிருந்து உள்ளே குதிக்க முற்படுவது தெரிந்தது.

இரு இரு கணேஷ்! நீ வைத்த பொறி வேலை செய்கிறது. காரியத்தைக் கெடுக்காதே. அவன் வரட்டும், வரட்டும். என்ன செய்கிறான், பார்க்கலாம்...

அந்த வெளிச்சத்தில்கூட அவன் கையில் இருந்த கூர்மை புரிந்தது. அதில் ரத்தக் கறை இருப்பதும் தெரிந்தது.

கணேஷ் அவன் யார் என்று பார்க்கிற ஆர்வத்தைவிட அவன் செய்யப்போ வதைத் தடுக்கவேண்டிய அவசரம் மேலிட இன்னும் சில செகண்டுகள்தான்

காத்திருக்க முடியும். நான் இப்போது ஏதாவது நகர்ந்தால் ஓடிப்போய் விடுவான். பிடிக்க முடியாது. இன்னும் கொஞ்சம் தயங்கினால் குத்திவிடு வான். தடுக்க முடியாது!

திடீர் என்று மின்னல் போல அவன் பீனாவின் படுக்கையில் பாய-

'ஆ, ஆ, ஆ!'

கணேஷ் ஆக்ரோஷத்துடன் ஓடி வந்து அவன் மணிக்கட்டைப் பற்றி பின்னாலிருந்து கழுத்தில் முழங்கையால் சிறைப்படுத்தி கையைப் பின்பக்கமாகத் திருகி அவன் கத்தியை ஸ்திரப்படுத்தினான். அவன் மூச்சில் ஜின்ட்டகன் வாசனை வீசியது. அவனது முகத்தைத் திருப்பி வெளிச்சத்துக்குக் கொண்டு வர முயற்சிக்க, பயங்கரமாக அவன் எதிர்க்க, ஒரு நிமிஷம் இருவரும் சலனமுற்று மூச்சு மூச்சு மூச்சு என்று மூச்சைத் தவிர வேறு ஏதும் சப்தமில்லாமல் ஒரு கட்டத்தில் கணேஷ் செயலிழப்பது போல இருக்க, இறுதி முயற்சியாக அதிக சக்தி கொண்டு அவனைத் திருப்பி 'ஹலோ!' என்றான்.

19

வஸந்தை எமர்ஜென்ஸி வார்டில் விறுவிறுவென்று தள்ளிச் செல்லும்போது அவனுக்குத் தூக்கமும் விழிப்பும் போல நினைவு மாறி மாறி வந்துகொண்டிருந்தது. குத்த வந்தவனைத் தப்ப விட்டுவிட்டோமே என்று வருத்தப்பட்டான். உடம்பில் பல பாகங்களில் அட்ரஸ் இல்லாமல் வலித்தது. சிவப்பு விளக்கு எரியும் வாசலுக்கு அவன் உருட்டிச் செல்லப்படுவதை, 'எங்கே போகிறேன், எங்கே போகிறேன்' என்று கேட்க விரும்பினாலும் பேசுவதற்கே ரொம்பப் பிரயத்தனமாக இருந்தது. முகத்தில் ஆவி அடித்தாற்போல இருந்தது. அப்புறம் ஞாபகம் இல்லாமல் காலத்தில் ஒரு வெட்டுப் போல இருந்தது. தூக்கம்கூட இல்லை. சமாதி. நினைவு வந்தும் கண் விழிக்க முடியாமல் பல டன் பளுவாக இருந்தது. கையைக் காலை ஆட்ட முடியவில்லை.

ஆனால் படுக்கையடி சம்பாஷணை முழுவதும் கேட்டது. 'பேசிக்கிட்டே இருக்கீங்களே, என்னை யாராவது போட்டு உலுக்குங்களேன்' என்று இரைந்து கத்திப் பார்க்க இச்சித்தாலும் தொண்டை மறுத்தது.

'எனி மொமெண்ட் நௌ?'

'இஸ் ஹி அவுட் ஆஃப் டேஞ்டர் டாக்?'

'யா! ஹில்பி ஆல்ரைட். பல்ஸ் நார்மல், பிளட் பிரஷர் நார்மல். கொஞ்சம் ரத்தம் இழந்துவிட்டிருக்கிறான். பரவாயில்லை.'

'வஸந்த்! ஏய் வஸந்த்!'

அப்பவே புடிச்சு ஏன், ஏன்னு கேட்டுக்கிட்டே இருக்கேன், உங்க காதுல விழலியா?'

'வஸந்த், வஸந்த்.'

'கப்பென்று அடைத்திருந்த, கோலி நீக்கப்பட்ட சோடா போல நினைவு திரும்பி வந்தது.

'ஹப்பா!' என்றான்.

'வஸந்த்!'

'பாஸ், உயிரோடத்தான் இருக்கேனா?'

'ஆமா.'

'இவங்கள்ளாம் கின்னரர் கிம்புருடர்கள் இல்லையா?'

'இல்லை. ஆஸ்பிட்டல் ஸ்டாஃப்.'

'என்ன ஆச்சு?'

'உன்னைக் குத்திருக்கான். குத்துப்பட்டும் தப்பிச்சிருக்கே. ஜன்னல் வழியா குதிச்சு ஓடிப்போயி பீனாவைக் குத்தப் போயிருக்கான். நல்லவேளை நான் தக்க சமயத்தில் வந்தேன்.'

'புடிச்சிட்டிங்களா?'

'இல்லை. முகத்தைத் திருப்பினேன். அவன் முகத்தை பாத்துக்கிட்டு இருக்கறப்ப கொஞ்சம் அசந்தேனா, சட்டுன்னு தப்பிச்சுக்கிட்டு ஜன்னல் வழியா ஓடிப்போயிட்டான்.'

'பாஸ், அவன் யாரு?'

'தெரியலை வஸந்த். தாடி மீசையெல்லாம் வெச்சுக்கிட்டு காட்டான்போல இருந்தான். நீலத்தில் கோட்டு போட்டுக்கிட்டு இருந்தான்.'

'ஜின்ட்டகன் வாசனை மூச்சில்?'

'ஆமாம்.'

'என்னை வந்து தாக்கினவன்தான். என்னால சரியா முகத்தைப் பார்க்க முடியலை.'

'நான் பார்த்தேன்! ஆள் யாருன்னு தெரியலை. மனோஜ்னு ஒரு ஆள் பாக்கி இருக்கானே, அவனோ என்னவோ...'

'பாஸ்! உத்தம் மேல தாக்குதல் இல்லையா?'

'ஆமாடா, அவனும் ஆபத்தில் இருக்கான். வஸந்த் உடனே போயிர்றேன்.'

'மிஸ்டர் கணேஷ், உங்களை போலீஸ் டிபார்ட்மெண்ட்டில் கூப்பிடறாங்க.'

'வரேன்னு சொல்லுப்பா.'

'கணேஷ் உத்தமின் அறைக்குச் சென்றபோது அறை வாசலில் கான்ஸ்டபிள் காவலாக விழித்திருந்தார். எட்டிப் பார்த்ததில் உத்தம் தூங்கிக் கொண்டிருந்தது தெரிந்தது.

'யாருங்க.'

'நாந்தாம்பா கணேஷ். அவரோட லாயர். அவரைக் கொஞ்சம் பார்த்துரணும்.'

'எதுக்கு?'

'உயிரோடத்தான் இருக்காரான்னு பாக்கறதுக்கு' என்று சொல்ல விருப்ப மில்லாமல், 'சந்தேகம்னா நீங்களும் கூட வாங்க கான்ஸ்டபிள்' என்று உத்தமிடம் சென்று அவனைச் சற்றே அசைத்து எழுப்பினான்.

போர்வையை விலக்கினதில் ரத்தம் இல்லைதான். 'அப்பாடா!' என்று நிம்மதிப் பெருமூச்சு!

உத்தம் கண்விழித்து, 'என்ன கணேஷ், என்ன கணேஷ், என்ன இந்த வேளையில!'

'உத்தம், நான் உங்ககிட்ட பேசிட்டு ரூமுக்குப் போனேனா, வஸந்தை யாரோ மோசமாகத் தாக்க முயற்சி! அது பலிக்காம மற்றொரு முறை பீனாமேல தாக்கல்! நல்லவேளை நான் தக்க சமயத்தில் போய்ச் சேர்ந்ததால பீனா தப்பிச்சா.'

'ஆளைப் பிடிச்சிட்டிங்களா கணேஷ்.'

'இன்னும் இல்லை. மறுபடி தப்பிச்சுட்டான். எனக்குச் சட்டுன்னு உங்க மேல கவலை வந்துருச்சு. அடுத்தது உங்களைத் தாக்க வருவானேன்னுட்டு...'

'இங்க வரலை. கான்ஸ்டபிள்தான் இங்கேயே வாசல்லயே இருக்காரே?'

'இல்லை உத்தம். அந்தாள் சுவருக்குச் சுவர் தாண்டிக் குதிச்சு ஜன்னல் வழியா வந்து தாக்கினான்.'

'கிட்டப் பாத்தீங்களா?'

'பார்த்தேன். கரடு முரடா தாடி. உத்தம், உங்களுக்கு யாராவது ஞாபகம் இருக்கா?'

'ஸாரி...'

'ஜாக்கிரதையா இருங்க. நான் கீழ போய் பாண்டியனைப் பார்த்துட்டு வர்றேன். கணேஷ் அங்கிருந்து விரைவாகக் கீழே வந்து ரிசப்ஷன் பகுதியருகில் தூக்கம் கலைந்து ஆணைகள் கொடுத்துக்கொண்டிருந்த பாண்டியனுக்கு அருகில் சென்றான்.

'கணேஷ், குற்றவாளி ஆஸ்பத்திரிக்குள்ளதான் இன்னும் இருக்கணும்.'

'எப்படிச் சொல்றிங்க பாண்டியன்?'

'ராத்திரி வெளியே போறதுக்கு இந்த ஒரு வழிதான். மற்றதெல்லாம் மூடிருவாங்களாம்.'

'அந்த ஆள் ஜன்னல் வழியா தாவிக் குதிச்சு போயிருக்கலாம்.'

‘சைடு பூரா ஃப்ளட் லைட்டுங்க. நாங்களும் ரெண்டு பீட் கான்ஸ்டபிள் போட்டு கண்காணிச்சிட்டு இருந்தோம். போயிருக்க முடியாது. ஆஸ்பிட்டலுக்குள் எத்தனை பேர் இருப்பாங்க?’

‘நூற்றுக்கணக்கில்.’

‘நீங்க அந்தாளு முகத்தைப் பார்த்திங்க இல்லை? காலைக்குள்ள ஒரு பரேடு போட்டுரலாமா? எல்லாரையும் ஒருமுறை பார்த்துர்றீங்களா?’

‘அடர்த்தியா தாடி மீசை வெச்சிருந்தான்.’

‘யோவ் பரந்தாமன்! போய் விசாரிச்சுட்டு வாய்யா, தாடி மீசை வெச்சுட்டு யாராவது அம்புடறாங்களான்னு!’

‘எனக்கென்னவோ அவன் கட்டடத்துக்குள்ள இருக்கிறதாத் தோணலை பாண்டியன்.’

‘எதுக்கும் பார்த்துரலாமுன்னுட்டுதான். யூனிஃபாரம் போட்டிருந்தானா?’

‘அதெல்லாம் கவனிக்க சமயமில்லை பாண்டியன்.’

‘எதுக்கும் எல்லாரையும் ஒருமுறை பாத்துருங்க கணேஷ், நீங்க ஒருத்தர்தான் அவன் முகத்தைப் பார்த்தவரு!’

கணேஷ் மூக்கைச் சொறிந்துகொண்டு சந்தேகத்துடன், ‘சரி பாண்டியன்’ என்றான். அந்த முகத்தை நினைவில் சிறைப்படுத்த முயன்றான். தீவிரமான நெற்றி. சுருங்கிய அடர்ந்த கருப்பான மயிர்ப் புதரால் மறைக்கப்பட்ட முகம். ஒருகணம்தான் பார்த்திருப்பான். ‘ஹலோ’ என்று அவனை அழைத்தது தவறு. பிடித்துவிட்டோம் என்கிற ஆணவத்தில், தன்னம்பிக்கையில் சற்றே கவனக்குறைவு ஏற்பட்டு அவன் நழுவித் தப்பிக்கும் சூழ்நிலையை உண்டு பண்ணிவிட்டான். சே கணேஷ்! வாட்ஸ் ஹாப்பனிங் டு யூ!

ஆஸ்பத்திரி நடையில் நடந்து மாடியேறி பீனா படுத்திருக்கும் வார்டுக்கு வந்தான். பீனா இப்போது படுக்கையில் எழுந்து உட்கார்ந்திருந்தாள். சற்று தெம்பாகவே இருந்தாள். மலர் ஜாடியில் புதிய மலர்கள் வைக்கப் பட்டிருந்தன. ‘வாங்க கணேஷ்.’

‘அப்பாடா! நீங்க பேசறதைக் கேட்டு எத்தனை வாரமாச்சு.’

‘வாரமா? எத்தனையோ வருஷம் ஆனாப்பல ஆயிருச்சு! அன்னிக்கு ராத்திரி என்னைத் தாக்க வந்ததுதான் கடைசியா தெரியும். சுமதி ஆஸ்பிட்டலுக்கு வந்ததோ இங்க ஆபரேஷன் நடந்ததோ எதுவும் ஞாபகம் இல்லை.’

‘பீனா, ஆர் யூ ஆல்ரைட் நௌ?’

‘பரவாயில்லை. அதிர்ச்சிதான். உங்களுக்கு நன்றி சொல்லணும்.’

‘உங்களை அன்னிக்கு வீட்டில் தாக்க வந்தவன் முகம் ஞாபகம் இருக்கா பீனா?’

‘தாடி முகம் கருகருன்னு.’

'அப்ப அதே ஆள்தான் இன்னைக்கும் வந்திருக்கான்.'

'புடிச்சாச்சா?'

'தப்பிச்சுட்டான்.'

'அய்யோ, அப்ப மறுபடி வருவானா?'

'வரலாம். வந்தா நிச்சயம் மாட்டிப்பான். இப்பவே மயிரிழைதான்.'

'வஸந்த் எங்கே?'

'அவனையும்தான் தாக்க ஒருமுயற்சி.'

'வஸந்தையா! எதுக்கு.'

'எனக்காக வந்திருக்கலாம்! பீனா, ஒரு உதவி செய்யணும். கொஞ்சம் சிரமம் பார்க்காம.'

20

பீனாவின் அருகில் சென்று அவள் கையைப் பற்றி 'இப்ப எப்படி இருக்கு உடம்பு?' என்றான் கணேஷ்.

'பரவாயில்லைங்க. நீங்க இருக்கிறதால தைரியமா இருக்குது. எனக்கு வஸந்த், உத்தம் பேர்லதான் கவலையா இருக்குது. உத்தமையும் இப்ப தாக்க அந்தாள் வருவானில்லை?'

'வரணும். ஆனா உத்தம், போலீஸ் பத்திரத்தோட அறையில இருக்காரு.'

'நீங்க எதுக்கும் உத்தமையும் ஜாக்கிரதையா இருக்கச் சொல்லுங்க.'

'நீங்க சொல்றது சரிதான். உத்தமும் எச்சரிக்கையா இருக்கிறது நல்லது. ஒண்ணு பண்ணிர்றேன். அதைத்தான் கேக்க வந்தேன். உங்களால அறையைக் காலி பண்ண முடியுமா?'

'முடியும்னு நினைக்கிறேன். எங்க போகணும்?'

'அதை உங்ககிட்டகூடச் சொல்ல விரும்பலை.'

பீனா சிரித்து 'வெரிகுட்' என்றாள். 'அதே மாதிரி உத்தமையும்.'

'யூ ஆர் ரைட். அவரையும் அறை மாற்றம் செய்துடலாம். அந்த பிளானோடதான் போன தடவை வந்தோம். எல்லாம் கெட்டுப் போச்சு. மறுமுறை தாக்கி வஸந்த் காயம்பட்டு... நீங்க கவலைப்படாம ரெஸ்ட் எடுத்துக்கங்க. சீக்கிரமே மாற்றிரலாம்.'

'ஆஸ்பத்திரிக்குள்ளதானே?'

'அதையும் எதுக்கு உங்ககிட்ட சொல்லணும்?'

'குட்' என்றாள். சிரித்தபோது இவளுக்கு சுவஸ்தமாகிவிட்டது என்று தெள்ளத் தெளிவாகத் தெரிந்தது. முகத்தில் பழையபடி இளம்பெண்ணின் தேஜஸ் வந்துவிட்டது. இன்னும் ஒருநாள், ஒருவாரம் அல்லது ஒருமாதம் - கொலைகாரன் யார் என்று கண்டுபிடிக்கும்வரை பீனாவை ஆஸ்பத்திரிக் குள்ளேயே வைத்திருப்பதில் ஒரு பத்திரம் இருக்கிறது. அதே சமயம் ஓர் அபாயமும் கூட. கணேஷ் கடிகாரத்தைப் பார்த்தான். ஆறு ஆறு என்று காட்டியது. அதிர்ஷ்டமாக நினைத்தான். ஆறு ஆறு! கூட யாரு யாரு என்றுதான். உள் மனசில் கேள்விகள். உத்தமைப் பார்க்கப் போகுமுன் முதற்கண் பாண்டியன்.

'வாங்க கணேஷ். இதுவரைக்கும் ஒரு க்ளு இல்லை. ஆஸ்பத்திரிக்கு ரொட்டி சப்ளை பண்ண ஒரு பேக்கரி வேன் வந்திருக்கு. சிப்பந்திகளை அழைச்சிட்டு வரச் சொல்லியிருக்கேன். தாடி வெச்சிருந்த ஆளுன்னா ஆஸ்பத்திரிக்குள்ள இல்லை!'

'எப்படிச் சொல்றீங்க?'

'ராவோட ராவா சீல் வெச்சுட்டமே?'

கணேஷ் கவனமின்றி 'இஸிட்' என்றான்.

'இந்தாங்க, இதைப் பாருங்க.'

கணேஷ் அவர் காட்டிய போட்டோவை உற்றுப் பார்த்துவிட்டு, 'இது யாரு?' என்றான்.

'நாலாவது ஆளு, மனோஜ். அமெரிக்கா. இவனுக்கு தாடி போட்டுக் கொண்டாரச் சொல்லட்டுமா?'

'பாண்டியன், இந்த மாதிரி மாரளவு போட்டோவிலிருந்து நிச்சயமா அடையாளம் சொல்றது ரொம்பக் கஷ்டங்க. அதும் பாதி இருட்டில் பாதி வெளிச்சத்தில் பார்த்தது.'

'ஜிண்டான் மாத்திரை யார் போடறாங்கன்னும் தீர விசாரிச்சுட்டேன். ஒரு நர்ஸ் மட்டும் பைலயே வெச்சிருந்தா.'

கணேஷ் பாண்டியனை நிமிர்ந்து பார்த்து சிரித்தான். போலீஸின் மூர்க்கத் திறமையின் உருவகமாக இருந்தார். இதுதான் முறை. பரபரப்பில்லாமல், மெல்ல, நிதானமாக, ஒன்றுவிடாமல் ஆஸ்பத்திரிக்கு வந்த ஒவ்வொரு பார்வையாளரையும் ஒவ்வொரு வாகனத்தையும் ஒவ்வொரு வாசனை யையும் ஆராய்ந்து... அசுவாரஸ்யமான திறமை!

'பாண்டியன், பெஸ்ட் ஆஃப் லக், நாளை சந்திக்கலாம்.'

'ஏன் சிரிச்சிங்க!'

'ஜிண்டான் போடற நர்ஸைக்கூட விடாத உங்க திறமையை வியந்துதான்.'

'கலாட்டா இல்லையே! ஏதோ நாங்க எங்களால இயன்றதைச் செய்யறோம். எங்ககிட்டருந்து எதையும் மறைச்சு வெக்காதிங்க.'

'இல்லைங்க' என்று அவரை மீறி நடந்தான். இதை மறைக்கத்தான் வேண்டும். இது அவசியம்! உத்தமின் அறைக்குச் சென்றான். உத்தம் படுக்கையருகில் விளக்கமைத்து புத்தகம் படித்துக்கொண்டிருந்தான். கணேஷைக் கண்டதும், ஆறுதல் பெற்றவன்போலப் புன்னகைத்து, 'வாங்க' என்றான்.

'உத்தம், உங்களால எழுந்து நடக்க முடியுமா?'

'இல்லை கணேஷ், இன்னும் பிளாஸ்டர் ரிமூவ் பண்ணலை. ஏன், ஏதுக்குக் கேக்கறிங்க?'

'ரெண்டு பேரையும் ரூம் மாத்திரலாம்னு பாக்கறேன்.'

'ரெண்டு பேர்னா?'

'நீங்க, பீனா - ரெண்டு பேர்தான்! உங்களை வீல் சேருக்கு மாற்ற முடியுமா? வேறு வழியில்லாமத்தான் இப்படிச் செய்ய வேண்டியிருக்கு. உங்களை வீல் சேர் வெச்சு ட்ரான்ஸ்ஃபர் பண்ண முடியுமா?'

'டாக்டரைக் கேட்டுருங்களேன்.'

'கேக்க விரும்பலை. யாருக்கும் - ஆஸ்பத்திரி சிப்பந்திகளுக்கும் - கூடத் தெரியாம இந்த வேலையைச் செய்யத்தான் உத்தேசம்.'

'போலீஸுக்குகூடத் தெரியாமயா?'

'ஆமாம். நான், நீங்க, பீனா மூணுபேர்தான்.'

'இண்டர்சேஞ்ஜ் பண்ணப் போறிங்களா?'

'இல்லைங்க. உங்களுக்கு ரொம்ப ஸ்ட்ரெய்னுன்னா வேண்டாம்.'

'நீங்க சொல்றது நல்ல ஐடியாதான். ஆனா ஆஸ்பிட்டல் உதவி இல்லாம இது முடியாதுன்னு நினைக்கிறேன். ஏன் அவங்களுக்குச் சொல்ல விரும்பலை நீங்க?'

'இந்த கேஸ்ல எல்லாரையும் சஸ்பெக்ட் பண்ணிக்கிட்டு இருக்கிறதாலே.'

'ட்ரை பண்றேன்' என்று உத்தம் மெல்ல எழுந்து உட்கார்ந்து கொண்டு ஊன்றி நிற்கப் பார்த்தான். திடீர் என்று வலி தாக்கப்பட்டவனாக 'ஸாரி! முடியாதுன்னு நினைக்கிறேன். ரொம்ப வலி!'

'அப்ப பீனாவை மட்டும்தான் மாத்தமுடியும் போல இருக்குது, ப்ச்! இந்த போன் வேலை செய்யுதா?'

'நான் ட்ரைகூட பண்ணதில்லை. பாருங்க.'

கணேஷ் ஆஸ்பத்திரியின் உள் தொடர்பு டெலிபோனை எடுத்து இரண்டு எண்கள் டயல் செய்து 'குட் ஈவினிங் கணேஷ் ஹியர், நான் சொல்லியிருந் தேனே ரூம் நம்பர்...'

'யா, ஐ'ல் வெயிட்!' போனைப் பொத்திக்கொண்டு உத்தமிடம் பேச்சு கொடுத்தான்.

'ஒண்ணு கண்டுபிடிச்சுட்டம் உத்தம். இந்த ஆஸ்பத்திரி ஏறக்குறைய ஓட்டல் மாதிரி. ஏகப்பட்ட வெளி கன்சல்டன்ஸி இருக்கிறதாலே அவங்கவங்க ரெஸ்ட் எடுத்துக்கக்கூட வந்து படுக்கறாங்க! இன்னைக்கு... எஸ் சிஸ்டர் சொல்லுங்க.' கணேஷ் தன் பையிலிருந்து பால் பாயிண்ட் எடுத்து எழுதிக் கொண்டான். 'தாங்க்ஸ்' என்று வைத்து விட்டான்.

குறிப்பு எழுதியிருந்த செய்தித்தாள் ஓரத்தை மட்டும் கிழித்துக் கொண்டு, 'தாங்க்ஸ் உத்தம். நீங்க அறைமாத்தறதுக்குப் பதிலா ஆல்டர்னேட்டிவ் இதுதான். போலீஸ் பந்தோபஸ்தை அதிகப்படுத்திட்டு ஜன்னல் கதவை எல்லாம் இழுத்து மூடிட்டு...' கதவுகளை மூடினான். 'காலைல பார்க்கலாம். பீனாவை அறை மாத்திர்றேன். தட்ஸ் வெரி ஸேஃப்.'

'தாங்க்ஸ், ரொம்ப தாங்க்ஸ்.'

கணேஷ் உத்தமை விட்டு நடக்கும்போது பையில் குறித்துக் கொண்ட எண்ணை எடுத்து ஒருமுறை பார்த்துக்கொண்டான். நேராக வஸந்தின் அறைக்குச் சென்றான். இப்போது அவன் நடையில் வேகமும் விறுவிறுப்பும் சேர்ந்துகொண்டது.

வஸந்த் சிலநாள் தாடியில் இருந்தான். 'பாஸ் பக்கத்து ரூம்ல ஒருத்தர் ஜோக் சொன்னாரு. ஒருத்தன் ஹாங்காங் போயிருந்தானாம். அப்புறம் மணிலா போயிருந்தானாம். அங்க ஒரு பொண்ணைப் பார்த்துட்டு...

'த பாரு! மணிலா பொண்ணுங்க எல்லாத்தையும் சொஸ்தம் ஆனப்புறம் வெச்சுக்க, உடம்பு எப்படி இருக்கு?'

'நம்ம பாடி என்ன பாடி! மேரி வந்து சோப்பு போட்டு மாரை அலம்பிவிட்டா. அதாவது மார்ல பாண்டேஜ் போடாத ஒரு இருபத்தஞ்சு சதம் பாகங்களை. 'வஸந்த், உன்னை யார் குத்தறது?'ன்னு கேட்டா. நான் சொன்னேன். 'நியூ டில்லில சதி வேலை நடக்குது. அதில ஒரு ஆளைக் கண்டுபிடித்து ரகசியத்தை...'

'ஷட் அப் வஸந்த். இன்னைக்கு ராத்திரி எனக்கு ஒருவிதமான பரபரப்பு இருக்குது. ரொம்ப ரிஸ்க் எடுக்கறேனோன்னு.'

'ஏன் பாஸ்? மறுபடி என்னைக் குத்த வரப்போறாங்களா? உடம்புல இடம் பாக்கியில்லை!'

கணேஷ் வஸந்தைப் பற்றி அழுத்தி 'இல்லைடா. ஸாரிடா, என்னால்தான் உனக்கு இந்த உபத்திரவம். எனக்கு வந்த கத்தி அது!'

'கத்தி சரி; கத்திக்கு வந்த சொந்தக்காரர்?'

'ராத்திரிக்குள்ள புடிச்சிருவேன்னு தோணுது.'

'எப்படி?'

'பட்சி சொல்லுது' என்றான் கணேஷ்.

21

'பட்சி சொல்லுதுன்னா, அந்த பட்சியைக் கேட்டு எப்ப கல்யாணம் பிராப்தின்னு கேளுங்க. உடம்பு அடி வாங்கித் தாளலை. அப்பப்ப தாலில குங்குமம் தடவி பிரார்த்திக் கிறதுக்கு கைவசம் ஒரு மனைவி இருந்தா நல்லது. வாம்மா மேரி, ஊணு கழிஞ்சோ?'

மேரி வஸந்தை முறைத்துப் பார்த்து, 'வஸந்த் ரொம்ப ஸ்ட்ரெய்ன் பண்ணிக்கிறது' என்றாள்.

'வஸந்த் நான் போய் வரேன்.'

'பாஸ், ராத்திரி அவன் மறுபடி எனக்காக வந்தா?'

கணேஷ் யோசித்து 'கீப் மேரி அவேக்' என்றான். 'மேரி, ராத்திரி ட்யூட்டிதானே நீங்க.'

மேரி, ஆமாம் என்றது.

'இது என்ன மாகஸின் மேரி' என்று வஸந்த் பரிவுடன் கேட்டான்.

'மஹளா ரத்னம்' என்றாள்.

'போச்சுரா, சான்ஸே இல்லை.'

'முழிச்சுகிட்டு இரு. மேரி 'மஹிளா ரத்னம்' படிச்சு மொழி பெயர்த்துக் காட்டுவா. எதாவது சந்தடின்னா கூச்சல் போடு.'

'பாஸ், நீங்க எந்த ரூம்ல இருக்கிங்க?'

'சொல்லமாட்டேன்.'

'எம்மேல நம்பிக்கை இல்லையா?'

'இல்லைதான் வஸந்த். இந்த வேளையில நான் எல்லாரையும் சந்தேகிக்கிறேன். உன்னை உள்பட.'

'எப்ப சந்தேகம் தெளியும்?'

'அவனைப் பிடிச்ச உடனே.'

'போன முறை முகத்தைத் திருப்பிப் பார்த்திருக்கிங்க, யார்ன்னு சொல்ல முடியலை?'

'முடியலை.'

'தாடி மீசை வெச்சிருந்தானா?'

'ஆமாம்.'

'பேசினானா? கத்தினானா? எதாவது அடையாளம்?'

'நான்தான் அவனைப் பார்த்ததுமே ஹலோன்னேன்.'

'ஏன்?'

'ஐ ஜஸ்ட் டோன்ட் நோ! ஹலோன்னு சொல்லத் தோணிச்சு. அப்படி சொல்றப்பதான் அசந்துட்டேன். ஓடிப்போயிட்டான்.'

'தாடி மீசை?'

மேரி புரியாமல் இருவரையும் மாறி மாறிப் பார்த்துக் கொண்டிருக்க கணேஷ், 'லெட் மி டேக் லீவ்.'

'பாஸ், ஜாக்கிரதையா இருங்க. எதாவதுன்னா ஒரு மந்திரம் சொல்றேன், அதை...'

'வேண்டாம்' என்று கணேஷ் விசில் அடித்துக்கொண்டே சென்றான். தன் அறைக்கு வந்தான். அவன் தலைமாட்டில் தொங்கியிருந்த சார்ட் அவன் வயிற்று வலிக்காக அட்மிட் ஆனதையும், காலையில் டாக்டர் வந்து பார்க்கவேண்டியது என்று டாக்டரின் இனிஷியலும் போட்டிருந்தது. முதன் முறை எடுக்கப்பட்ட டெம்பரேச்சர், பல்ஸ் போன்றவை எழுதப் பட்டிருந்தன. அதன்பின் யாரும் அவன் அந்த ஆஸ்பத்திரியில் இருப்பதைப் பற்றிக் கவலைப்பட்டதாகத் தெரியவில்லை. அந்த டாக்டர் வந்து பார்த்ததற்கும் சாட்சி இல்லை.

கணேஷுக்கு இது ஆஸ்பத்திரி என்பதைவிட ரெஸ்ட் ஹவுஸ் என்று சொல்லலாம் போல இருந்தது. அரசியல்வாதிகள் குழப்பங்களிலிருந்து தாற்காலிகமாகத் தப்பிக்க இந்த ஆஸ்பத்திரியில் வந்து படுத்துக்கொள்வது வழக்கம் என்பதும் கணேஷுக்குத் தெரியும். அப்படியெனில் இந்த ஆஸ்பத்திரியில் சமீப காலத்தில் அட்மிட் ஆகியிருக்கும் அத்தனை பேஷண்டுகளும் சந்தேகத்துக்கு உரியவர்கள். ஒவ்வொருத்தரையும் பாண்டியனை விசாரிக்கச் சொல்ல வேண்டும். அவர்களில் தாடிக்காரர்கள் சாத்தியம்.

உத்தம் நகர முடியாமல் படுத்திருக்க, பீனாவையும் இன்னும் மாற்றவில்லை. மாற்றுகிறேன் என்று எல்லோரிடமும் சொல்லிவிட்டு மாற்றவில்லை.

கணேஷுக்குத் தன் செயல்பாடுகள் அனைத்திலும் ஒருவிதமான தவிர்க்க முடியாத தன்மை இருப்பதாகத் தோன்றியது. மனத்தின் அடித்தளத்தில் இருக்கும் ஒரு குருட்டு யோசனையின்படிச் செயல்படுவதாகத் தோன்றியது. தன் அறைக்கு வந்து நேராகத் தன் படுக்கையில் படுக்காமல் எதிர்ப்படுக்கையிலிருந்து இரண்டு தலையணைகளை எடுத்துத் தன் படுக்கையில் குறுக்கே வைத்துப் போர்த்திவிட்டு விளக்கணைத்துவிட்டு எதிரே இருந்த கட்டிலைத் தவிர்த்து மூலையில் உட்கார்ந்துகொண்டான். காத்திருந்தான். கணேஷுக்குச் சிரிப்பு வந்தது. எல்லாமே தப்பான ஊகமாக இருக்கலாம். தும்பை விட்டு வாலைப் பிடிக்கிற சமாசாரமாக இருக்கலாம். எதற்காக இப்படி ஆஸ்பத்திரி தரையில் உட்கார்ந்துகொண்டு யாருக்காகக் காத்திருக்கிறேன்?

காத்திருக்கிற ஆசாமி என்னைத் தேடி, அதுவும் என்னைத் தேடியா வருவான்? என்னையல்ல! கணேஷ் தன் பையில் இருந்த காகிதத்தை எடுத்தான். அது உத்தமின் அறையில் அவன் குறித்துக் கொண்ட காகிதம். குறித்துக்கொண்டது இதோ இவன் வீற்றிருக்கும் இந்த அறையின் எண்ணை! எதற்குக் குறித்துக் கொண்டான்? எல்லாமே கணேஷுக்கு அறியாமலே ஒரு கணேஷ்! எல்லாமே 'ஹலோ'வில் இருக்கிறதோ?

அமைதியான ஏரியில் தூண்டில் போட்டு ஒரே ஒரு மீனுக்காக, அதன் முதல் கடியைத் தன் தசைகளில், அங்க அசைவுகளில், அதிர்வுகளில் உணரக் காத்திருப்பவன்போல கணேஷ் மிக மிக அமைதியாக அந்த ஜன்னலையே பார்த்துக்கொண்டு காத்துக் கொண்டிருந்தான். ஜன்னல் கதவை அவன் திறந்து வைத்திருந்தான். அதன் வழியாக அனுமதி பெறாமல் வந்த காற்று அலைக் கழிக்க திரைச்சீலை கணேஷுக்குப் பல்வேறு வடிவங்கள் எடுத்தது.

சொத்தின் மதிப்பு அதிகமாகத்தான் இருக்கவேண்டும். கொலை செய்ய அஞ்சாதவர்கள்! அமெரிக்காவிலிருந்து வந்த ராஜசந்திரன் எதற்கு கொலை செய்யப்பட வேண்டும்? இவன் சொத்துடன் சம்பந்தப்பட்டிருந்தால்? ராஜசந்திரன் எதோ அசம்பாவிதமாக சொத்தைப் பற்றி விசாரித்திருக்க வேண்டும் அல்லது பங்கு கேட்டிருக்கவேண்டும். இல்லையெனில் அவனைத் தீர்த்துக் கட்ட நியாயமில்லை. ராஜசந்திரன் உத்தம், பீனாவைப் பார்க்க ஆஸ்பத்திரிக்கு வந்திருக்கிறான். உத்தமை அவன் கொல்ல முற்பட்டிருக்கிறான். கத்தி இல்லை. உத்தம் பயந்துபோய் அந்த கதிகலக்கத்தில் ராஜசந்திரன் மேல் பழி போட்டிருக்கலாம். உத்தம் பயந்த நிலையில் இருப்பதற்கு, டென்ஷனாக இருப்பதற்குக் காரணம் உண்டே!

ராஜசந்திரன் பீனாவை வந்து பார்க்கவில்லை. பீனாவைப் பற்றி விசாரித்தான். அவன் சந்தேகாஸ்பதமாக நடந்துகொண்டான். டைப்ரைட்டர் எப்படி அவன் அறைக்கு வந்தது? அவன் சொன்ன காரணம் இயல்பான காரணமாகவே இருக்கலாம் அல்லது வேண்டுமென்றே ராஜசந்திரன் அறைக்கு யாரோ வந்து கொடுத்துவிட்டுப் போயிருக்கலாம்! பீனாவின் கைப்பையில்

இருந்த பயமுறுத்தல் கடிதம்போல! பீனா எழுதியிருக்கலாம் அல்லது பீனாவின்மேல் சந்தேகம் தோன்றும் வகையில் யாராவது அதை அவள் பையில்... எத்தனை சாத்தியக்கூறுகள்!

இன்னும் பல சாத்தியக்கூறுகளை யோசித்துப் பார்க்குமுன் ஜன்னல் திரை கொஞ்சம் காற்றைவிட அதிகமாக அசைவதைக் கவனித்து சகலமும் நத்தை போல சுருட்டிக்கொண்டு மூச்சுகூட லேசாக விட்டுக்கொண்டு காத்திருந்தான்.

மெல்ல, மிக மெல்ல அந்த உருவம் ஜன்னலிலிருந்து குதித்தது. சப்த மில்லாமல் இருந்தது. தேர்ந்த திருடன் போல! லேசான இருளிலும் வரிவடிவம் போல தாடி மீசை தெரிந்தது. கணேஷ், 'இப்போதில்லை, இப்போதில்லை, பொறு பொறு' என்று தன்னை அடக்கிக்கொண்டான். மெல்ல அந்த உருவம் முன்போலவே படுக்கையை நோக்கி அடி எடுத்து வைப்பது தெரிந்தது. மெல்லிய இருட்டில் தலையணை மேல் போர்த்தி யிருந்தது, யாரோ படுத்திருப்பது போலத்தான் நிச்சயம் தெரிந்திருக்கும். இன்னும் இல்லை, இன்னும் இல்லை. செயல்படட்டும். நான் நினைப்பது சரி என்றால் படுக்கையைக் குத்துவான்!

குத்தட்டும். எப்போது நான் செயல்படுவது? குத்திவிட்டுப் புறப் படும்போதா? அவன் கையில் இருந்த பொருள் லேசாக இருளில்கூட பளப ளப்பது தெரிந்தது. ஆஸ்பத்திரிக் கத்தி! அதை ஓங்கிப் படுக்கையில் 'படுத்திருக்கும்' ஆசாமிமீது குத்திவிட்டான். அவன் எதிர்பார்த்த தசை எதிர்ப்பு, ரத்தம் ஏதும் இல்லாமல் சதக் என்று பஞ்சுக்குள் கத்தி நுழைந்ததில் அவனுக்கே வியப்பாக இருந்திருக்கவேண்டும். ஒரு நிமிடம் தயங்குவதும், உற்றுப் பார்ப்பதும், போர்வையை விலக்குவதும் தெரிந்தது. கணேஷ் அவசர மாக விளக்கைப் போட்டான். அவன் உடனே ஜன்னலை நோக்கிப் பாய்வ தற்குள் பின்னாலிருந்து அவனை குறக்களி போட்டுப் பிடித்து நிறுத்தி விட்டான். கையைப் பலமாகப் பிடித்து உதற கத்தி கீழே விழ, அவன் முகத்தை நிமிர்த்தி, அருகே, மிக அருகே அவன் மூச்சுக் காற்றில் ஜிண்டான் மாத்திரை மணக்க அந்த ஆஸ்பத்திரி வாசனையை, வியர்வை வாசனையை இப்போது இனம் கண்டுகொள்ள முடிந்தது.

கணேஷை அவன் திரும்பிப் பார்த்தபோது கண்கள் கனல்போல ஒளிர்ந்தன. தாடி மீசையின் அடர்த்தி முகத்தை மறைத்திருந்தது.

கணேஷ் அயர்ந்திருந்த சமயத்தில் அவன் பிடியிலிருந்து தப்பித்து ஜன்னலை நோக்கிப் பாய்வதற்குள் கணேஷ் அவன் கால்களைப் பற்றிக்கொள்வதற்குள் பைஜாமா கிழிய அவன் விடுதலை வாங்கிக்கொள்வதற்குள் கணேஷ் அவனை முழங்காலைப் பிடித்து இறுக்கி மறுபடி வீழ்த்தி இருவரும் எழுந்திருக்க, அவன்... இப்போது வாயிற்கதவை நோக்கி ஓடத் தொடங்க, கணேஷ் வசமாக அவனைப் பிடித்து முகத்தைத் திருப்பி அவன் தாடியைப் பிடித்துவிட்டான்.

கணிசமாக வலிக்கும் என்றுதான் நினைத்தான்.

தாடி கையோடு வந்துவிட்டது.

22

பாண்டியன் வருவதற்காக கணேஷ், வஸந்த், உத்தம், பீனா நால்வரும் காத்திருந்தார்கள். போலீஸ் நிலையத்தில் பாண்டியனின் அறையில் உட்கார்ந்திருந்தார்கள். வஸந்த் ஜன்னலுக்கு வெளியே பார்த்துக்கொண்டிருக்க, பீனா கணேஷுடன் பேசிக்கொண்டிருந்தார்கள்.

'நம்பவே முடியலை கணேஷ்!' என்றாள்.

'க்ளெவர், ரொம்ப க்ளெவர்!'

உத்தம் ஒரு சிகரெட் பற்ற வைத்துக்கொண்டான். 'கணேஷ், நீங்க இன்னும் கொஞ்சம் க்ளெவர்! எப்படிக் கண்டுபிடிச் சிங்கன்னே என்னால் நினைத்துப் பார்க்கக்கூட முடியலை. மை கங்க்ராஜுலேஷன்ஸ்!'

வஸந்த் திரும்பி, 'சின்ன வயசிலிருந்தே வெண்டைக்காய், மீன் எல்லாம் ஜாஸ்தி சாப்பிடறாரு' என்றான்.

'சே, அதெல்லாம் இல்லை. கொஞ்சம் அதிர்ஷ்டம், குருட்டு அதிர்ஷ்டமும் இருந்திருந்தது. பீனா, உங்களை முதல்ல சந்தேகிச்சோம் தெரியுமா!'

'அப்படியா!' என்றாள் ஆர்வமான விழிகளுடன்.

'உங்களுக்கும் ஈழ விடுதலை இயக்கத்துக்கும் முடிச்சுப் போட்டோம்.'

'நான் எப்படிங்க இத்தனையையும் செய்திருக்க முடியும்?'

'உங்கமேல சந்தேகம் வரும்படியா எத்தனை விஷயங்கள் தெரியுமா?'

'என்னென்ன?'

'உத்தம் வெடி விபத்தில் ஆஸ்பத்திரியில் அட்மிட் ஆனப்புறம் உங்க வீட்டில் ஒரு டெலிபோன் கால் வந்தது. அதை நான் அட்டெண்ட் பண்ணேன், ஞாபகம் இருக்கா பீனா?' என்றான் வஸந்த்.

'இல்லை.'

'ஒரு ஆளு, ஒரு மாதிரி ஜிகேன்னோ என்னவோ சொல்லிக்கிட்டு, கொஞ்சம் சிலோன் உச்சரிப்பில், 'என்ன வெடிச்சுதா? சோக்ராவை அனுப்பிச்சிருக்கேன். எட்டு நூறு அனுப்பிச்சுரு'ன்னு சொல்றான். 'உத்தம் காலிதானே. ஜெலாட்டின் ஸ்டிக்கு' அப்படி இப்படியெல்லாம் பேசினான்!'

'அப்படியா? ரொம்ப ஆச்சரியமா இருக்குதே!'

'உடனே உம்மேல் சந்தேகம் வந்துருச்சு. அதுக்குத் தகுந்தாப்பல ஒரு பையன் உடனே வர்றான். அவனைத் தனியாக் கூப்பிட்டு பணம் கொடுக்கறிங்க! அதையும் பார்த்தேன். ஞாபகம் இருக்கா?'

'ஓ, அதுவா வஸந்த்! அது வந்து அன்னைக்கு உத்தம் ஆஸ்பத்திரியிலிருந்து நோட் அனுப்பிச்சிருந்தான். 'ஆஸ்பத்திரிக்குக் கட்ட பணம் வேணும், உடனே அனுப்பு'ன்னு. அதான் போன் நம்பர் கொடுத்து, பணம் வந்து சேர்ந்ததுக்கு போன் பண்ணச் சொன்னேன். ஆனா உங்களுக்கு போன்ல யாரோ சிலோன் தமிழ் பேசினான்னிங்களே, அதுக்கும் எனக்கும் சம்பந்தம் கிடையாது.'

கணேஷ் சிரித்து, 'சம்பந்தம் கிடையாதுதான். அதை இப்பத்தானே கண்டு பிடிச்சோம்! ஆனா அன்னைக்குப் பாருங்க, என்ன குழப்பம்! எல்லாமே நீங்கதான் ப்ளான் பண்ணிச் செய்யறிங்க, உத்தமை வெடிவெச்சுத் தீர்த்துக் கட்ட முயற்சித்ததும் நீங்கதான்னு நினைச்சிட்டு உங்ககிட்ட பயந்துக்கிட்டு இருந்தோம். அதுக்குத் தகுந்தாற்போல, நாங்க ரெண்டு பேரும் உங்க வீட்டில் அடுத்தடுத்து தாக்கப்பட்டோம்!'

'அதிலிருந்து தெரிஞ்சிருக்கலாமே ஒரு பொண்ணு ரெண்டு ஆண்பிள்ளையைத் தாக்கறதுன்னா எப்படி?'

'நாங்க அப்படி நினைக்கலை. எங்களை ஒண்ணும் அறியாதவங்க போல வீட்டுக்கு துணைக்கு படுத்துக்கச் சொல்லிட்டு, கதவைத் திறந்துவிட்டு வெளியாளை அனுமதித்து தாக்கினதாத்தான் நினைச்சோம். ரெண்டு கதவும் உள்பக்கம் சாத்தியிருக்கு. டோர் லாட்ச் சாவி உள்ளவங்க பீனா, உத்தம் ரெண்டு பேர்தான்! உத்தம் ஆஸ்பத்திரியில அடிபட்டு படுத்துக்கிட்டிருக்காரு. அதனால சந்தேகம். முழுச் சந்தேகமும் உங்கபேர்ல விழுந்துருச்சு!'

'எப்ப விலகிச்சு?' என்றாள் பீனா. இன்னும் கொஞ்சம் வீக்காகத்தான் இருந்தாள். கைகளில் ஊசி குத்தின இடங்கள் சிவந்திருக்க, முகம்கூடக் கொஞ்சம் கருத்திருந்தாலும், கொஞ்சம் தேறினால் பழையபடி மெத்தென்று ஆகிவிடுவாள் என்று தோன்றியது. இப்போது அந்த சஸ்பென்ஸ், அச்சம்,

கவலை எல்லாம்தான் இல்லையே. குற்றவாளியைக் கண்டு பிடித்தாகி விட்டதே!

'உங்க மேல சந்தேகம் ஊர்ஜிதமாறதுக்கு உங்க கைப்பைல தமிழ் டைப் அடித்த ஒரு பயமுறுத்தல் கடிதம் வேற இருந்தது! அதைப் பார்த்ததும் எனக்குக் கொஞ்சம் சந்தேகம் குறைய ஆரம்பிச்சது. அவ்வளவு ஓப்பனா, கைப்பைல அவ்வளவு இன்கிரிமினேட்டிங் எவிடன்ஸை வெசுப்பாங்களான்னு கேள்வி வந்தது. எல்லாருமே உங்க பேர்ல பழிபோட நாங்க உங்கமேல சந்தேகப் படறதுக்கு ஏற்படுத்தின சூழ்ச்சின்னு எனக்கு மனசுக்குள்ள தோணிச்சு! வஸந்த்கிட்ட கூடச் சொல்லலை. சரி, அது போறபடி போகட்டும்னு கொஞ்சம் அசந்து மறந்திருக்கிறபோது மற்றொரு தீவிரம்! உங்க சித்தப்பா காவல் உங்களுக்குப் போதும்னு நினைச்சது தப்பாயிருச்சு. உங்க மேலேயே தாக்குதல் ஏற்பட்டு மயிரிழையில் நீங்க உயிர் தப்பி படுகாயத்தோட ஆஸ்பத்திரில அட்மிட் ஆனதும், என்ன முட்டாள்தனம் பண்ணிட்டோம். கவனக்குறைவா இருந்துட்டோம்னு வருத்தப்பட்டோம். ஸாரி!'

'நான் தாக்கப்பட்டதும்தான் எம்பேர்ல சந்தேகம் விலகிச்சாக்கும்.'

'அப்பத்தான் புதுசா ஒரு பாதைல சிந்திக்க ஆரம்பிச்சோம். உத்தம் இல்லை. பீனா இல்லை. அப்படின்னா வேற யார்? யாருக்கு இந்தச் சொத்தில் ஆசை? சொத்துதான் காரணமா இருக்கணும்னு முதல்ல முடிவு பண்ணிட்டோம். சொத்தின் மதிப்பு அதிகமா இருக்கிறதால அதுவும் அனாமத்தா வந்த சொத்தால, யாருக்கும் முழு உரிமை இல்லை. எங்கயோ போயி எப்படியோ இவங்களுக்கு வந்த தர்ம சொத்துப்போல! அதனால போட்டி பொறாமை வாரிசுதாரர்களுக்குள்ள இருக்கலாம்.

'அமெரிக்கால இன்னும் இரண்டு தூரத்து வாரிசுகள் இருக்காங்கன்னு தெரியவந்தது. ராஜசந்திரன், மனோஜ்னு. இவங்க ரெண்டு பேரும் எங்க இருக்காங்க. இவங்களுக்கு சொத்தில் அதாவது அக்கறை இருக்கான்னு விசாரிக்கிறபோது, ராஜசந்திரன்ங்கறவரு ஒரு கம்ப்யூட்டர் கான்ஃப ரன்ஸுக்காக சென்னைக்கு வந்திருக்கார்னு தெரிஞ்சுது. அதனால அவரைத் தேடிக்கிட்டு ஓட்டலுக்குப் போனோம். அவர் இந்த மாதிரி உறவுக்காரங்க இருக்கறதே ஆச்சரியம்ங்கற மாதிரிப் பேசினாரு. அவங்களைத் தெரியவே தெரியாதுன்னு சொன்னவர் ரூம்ல தேடிப் பார்த்தபோது ஆஸ்பத்திரி அட்ரஸ் எழுதி வைச்சிருக்கார். உடனே ஆஸ்பத்திரிக்குப் போனா ராஜசந்திரன் உத்தமைப் பார்க்க ஓடறாரு! உத்தமைத் தாக்கவும் முயற்சி!

'அதனால் உடனே சந்தேகம் ராஜசந்திரன் பேர்ல பாஞ்சுது. ஆனா, அவரை போலீஸ் ஸ்டேஷன்ல கைது பண்ணி பாண்டியன் கொஸ்சன் பண்ணிப் பார்த்துக்கூட அவர் மேல தீர்மானமாச் சந்தேகிக்க முடியலை. இண்டியாவுக்கு வந்த தேதி ஒத்துப் போகலை! அவர் வர்றதுக்கு முன்னாடிதான் உத்தம், பீனா இருவர் மேலயும் தாக்குதல். அதை பாண்டியன் எங்கிட்ட சொன்னதுமே ராஜசந்திரன் பேர்ல சந்தேகம் விலகிருச்சு, ஆனா அவர்கிட்ட ஒரு ஆளு தமிழ் டைப்ரைட்டர் கொண்டுவந்து கொடுத்திருக்கான். இது ஒரு வினோதம்! தமிழ்

டைப்ரைட்டர், பீனாவின் கைப் பைக்குள்ள காகிதம், இவன்கிட்ட டைப் ரைட்டர்... யாரோ வேணுமின்னே பீனா பேர்லயும் ராஜசந்திரன் பேர்லயும் சந்தேகம் ஏற்படுத்த முயற்சி செய்யறான்னு தோணிச்சு.

'ஆனா எனக்கு இந்த கேஸ்ல ஏற்பட்ட மிகப்பெரிய அதிர்ச்சி ராஜசந்திரன் லிஃப்டில் கொலை செய்யப்பட்டதுதான்! நாலுபேர் சொத்துக்கு வாரிசு. உத்தம், பீனா, ராஜா, மனோஜ். நாலு பேர்ல உத்தம் மேல வெடிகுண்டு, பீனா கத்திக்குத்து, ராஜசந்திரன் ஆளே காலி, பாக்கி இருக்கிறது மனோஜ்.

'அல்லது வேறு யாராவதா?'

'மறுபடியும் உத்தம், பீனா ரெண்டு பேர் மேலயும் தாக்குதல் ஏற்படலாம்னு தோணிச்சு. அதனால ஆஸ்பத்திரில காவலை பலப்படுத்தி என்னையே பேஷண்டா அட்மிட் பண்ணிக்கிட்டு காத்திருந்ததில் அவங்களை இடம் மாற்றியதில் கிடைச்சது மற்றொரு ஆச்சரியம். என் ரூம்ல படுத்திருந்த வஸந்த் தாக்கப்பட்டான்!' கணேஷ் தனக்குள் சிரித்துக்கொண்டான். எல்லாத்தையும் சேர்த்து ஒருமாதிரி யோசித்துப்பார்த்ததில் எனக்கு போதிசத்துவர் மாதிரி ஞானோதயம் உண்டாச்சு. உத்தம், பீனா இருவரையும் கணேஷ் மாறி மாறிப் பார்த்தான். 'வெரி க்ளெவர்' என்றான்.

அப்போது பாண்டியன் உள்ளே வர, 'என்ன கணேஷ் இன்னும் எதாவது பாக்கியிருக்கா?'

'அதான் எல்லாம் முடிஞ்சாச்சே பாண்டியன்.'

'உங்ககிட்ட பெரிசா ஸ்டேட்மெண்ட் வாங்கிக்கணும், என்ன மிஸ்டர் உத்தம், வரீங்களா!'

உத்தம் எழுந்து இரண்டு கைகளையும் ஒரு சேரப் பிடித்துக் கொண்டு 'கணேஷ்' என்றான்.

'அடிக்காதீங்க.'

'கங்கிராட்ஸ். நான் நினைச்சேன். எங்கயுமே ஓட்டை இல்லைன்னு!'

'சத்தியமா உங்களைச் சந்தேகிக்கவே இல்லைங்க. ப்யூட்டிபுல்' என்று உத்தமின் விலங்குக் கைகளைப் பற்றிக் குலுக்கினான் கணேஷ்.

23

அந்த ரெஸ்டாரண்டில் லேசான ஒளியில் கணேஷ், வஸந்த், பீனா மூவரும் உட்கார்ந்திருக்க மேடையில் ஒருவர் நொந்து போய் சித்தாரில் துருபத் வாசித்துக்கொண்டிருந்தார். தபலாக்காரர் மட்டும் அவரைப் பார்த்து சிரித்து ரசித்துக்கொண்டிருந்தார்.

'பாஸ், இந்த எடம்தானா உங்களுக்கு கிடைச்சது? அங்கங்கே டிஸ்கோ பிஸ்கோன்னு அலர்றது.'

'டிஸ்கோ எல்லாம் இப்ப பழசாயிடுத்து தெரியுமோ...' என்றாள் பீனா.

'ஆமாம், ப்ரேக் டான்ஸுன்னுட்டு புதுசா வந்திருக்கு! நீங்க ஆடுவிங்களா? நான் ஆடுவேன்' என்றான் வஸந்த்.

'கத்துத் தரீங்களா.'

'கைகால் உடைஞ்சுரும்' என்றான் கணேஷ்.

பீனா கணேஷின் முகத்தைப் பார்த்துக்கொண்டிருந்தாள். 'எப்படிங்க' என்றாள்.

'எது எப்படி.'

'உத்தம் இந்த மாதிரி பண்ணுவான்னு நான் எதிர்பார்க்கவே இல்லை, கணேஷ்.'

'எல்லாம் சொத்து!'

'ரொம்பப் பிரமாதமான பிளான்.'

'முதல்ல அரங்கத்தில் வெடிச்சதுகூட அவன்தான் ஏற்பாடு பண்ணதா?'

'இல்லை பீனா. அதுக்கு ஈழ இயக்கம்தான் காரணம். அதுக்கப்புறம்தான் அய்யா.'

'சாமர்த்தியம்! அந்த இரண்டாவது வெடி விபத்தை நாம எவ்வளவு சுலபமா நம்பிட்டோம்.'

'வஸந்த், அதிலதான் லெஸன் இருக்குது!'

'என்ன பாஸ்! கார் வெடிச்சிருக்கு. ஆளு ஆஸ்பத்திரியில பாண்டேஜ் கட்டிக்கிட்டுப் படுத்திருக்கான். நகரமுடியாதுன்னு கிடக்கிறான். நம்பாம இருப்பாங்களா?'

'கஷ்டம்தான்.'

'வெடியே வெடிக்கலையா ரெண்டாவது தடவை?' என்றாள்.

'வெடிச்சது பீனா. ஆனா அந்த கார்ல உத்தம் இல்லை! ஸேஃபா ஜெலாட்டின் ஸ்டிக் வாங்கி வந்து தூரத்தில் வெச்சு காரை மட்டும் சேதப்படுத்தின விபத்து!'

'அது எப்படி ஆஸ்பத்திரில அட்மிட் பண்ணாங்க அவனை?'

'சுமதி ஆஸ்பத்திரில அந்த மாதிரி ஒரு அமைப்பு! யார் வேணா அட்மிட் பண்ணிக்கிட்டு உள்ள புகுந்துரலாம். நானே அட்மிட் ஆயிட்டேன் வயித்து வலின்னு. ஏன்னா ரெஸிடெண்டா இல்லாம வேற வேற வெளி ஸ்பெஷலிஸ்ட்டு டாக்டர்களும் உள்ள வந்து அவங்கவங்க பேஷண்டுகளை அட்மிட் பண்ணிக்கிறதால ஒரு ஆளால வியாதியே இல்லாம பிளாஸ்டரைப் போட்டுக்கிட்டு உள்ள இருக்க முடியும்னு தெரிஞ்சுது!'

'அப்பவே சந்தேகப்படலையா நீங்க!'

'இல்லை, உத்தமைப் பத்தி நினைக்கவே இல்லை. அவனையும் விக்டிம் லிஸ்ட்டிலதானே வெச்சிருந்தோம்! வேற யாரோ, வேற யாரோன்னு அமெரிக்கா வரைக்கும் அலைஞ்சு, அப்ப இந்த ராஜசந்திரன் வேற சமயம் பார்த்து கம்ப்யூட்டர் கான்ஃபரன்ஸுக்கு வந்து...'

'அவன் வந்தது கான்ஃபரன்ஸுக்குத்தானா?'

'ஆமாம்! பாவம், வந்து மாட்டிக்கிட்டான். அவன் செயல்கள் எல்லாமே இயல்பான செயல்கள். அமெரிக்காவிலேயே இருக்கிறவன் கான்ஃபரன்ஸுக்கு வந்தபோது நாம ரெண்டு பேர் போயி இந்த மாதிரி உனக்கு உறவுக்காரங்க இருக்காங்கன்னு சொன்னா, அவன் நேச்சுரலா என்ன செய்வான்? உத்தமையும் பீனாவையும் விசாரிச்சுக்கிட்டுப் போயிருக்கான்!'

'அதை நாம சந்தேகப்பட்டுக்கிட்டு இருக்க, ஆனா அவன் போய் உத்தமைக் கத்தியால குத்தறதுக்கு ட்ரை பண்ணினானே எதுக்கு?'

'அது உத்தம் சொல்லித்தானே தெரியும்! ஞாபகம் இருக்கா? ராஜசந்திரன் அதை வெஹிமெண்டா டினை பண்ணி, நான் அந்த மாதிரி செய்யவே

இல்லைன்னு சொன்னான். அவனைக் கைது பண்ணிக்கூட அவன் மேல ஒண்ணும் தீர்மானமாக் குற்றம் சாட்ட முடியலை பாண்டியனால.'

'அப்ப ராஜசந்திரன் தன் அறையில ஆஸ்பத்திரி விலாசத்தை விசாரிச்சு குறிப்பு வெச்சுக்கிட்டு ஆஸ்பத்திரியில் உத்தமை இயல்பாக பார்க்கப் போயிருக்கான். அதை அவனைக் குத்த வந்ததா உத்தம் குற்றம் சாட்டி ஊரைக் கூட்டி யிருக்கான். உத்தம் இவன் சொத்தை க்ளெய்ம் பண்ணத்தான் அமெரிக்காவில் இருந்து வந்திருக்கிறதா நினைச்சிக்கிட்டு தப்புக் கணக்கு போட்டுட்டான். அவசரப்பட்டு ஒரு காரியம் செய்துட்டான்!'

'அதுக்கு முன்னாடி பாஸ், இந்த டைப்ரைட்டர் விவகாரம். டைப் அடிச்ச கடிதத்தை பீனாவின் பைல வெச்சதும் டைப்ரைட்டரை யார் மூலமாவோ ராஜசந்திரன் அறையில கொடுக்க ஏற்பாடு செய்ததும் எல்லாம் உத்தம்தான்!'

'க்ளெவர். அன்னிக்கு போன் காலும் அவன்தான்.'

'ஒரே ஒரு பைத்தியக்காரத்தனமான காரியம், அவசரப்பட்டு ராஜசந்திரனைக் கொன்னதுதான். அதுவரைக்கும் ஒரு திட்டப்படி செயல்பட்டுக்கிட்டு இருந் தவன், தன்னை யாரும் சந்தேகப்படாம இருக்கிறதை ரொம்ப அதிகமா உபயோ கப்படுத்திக்கிட்டு, ருத்ரதாண்டவம் ஆட ஆரம்பிச்சுட்டான். பீனாவைத் தாக்கி ஒரு முறை தவறிட்டான். ஆஸ்பத்திரில அவமேல மற்றொரு முயற்சி பண்ணத் திட்டம் போட்டு என்மேல, வஸந்த் மேல.'

'டெர்ரிபிள்!'

'எல்லாம் எதுக்காக?'

'சொத்து!' சித்தார்காரன் கிச்சனுக்குப் போய் தேனீர் குடிக்கச் சென்றுவிட்டான். அவன் வாத்தியமும் உரையிடப்பட்டு மௌனமாக இருக்க, கண்ணாடிக்கு வெளியே தெரிந்த நீச்சல் குளத்தில் இந்த ராத்திரியில் வெள்ளைக்காரர்கள் குளித்துக் கொண்டிருந்தார்கள்.'

'பாஸ், எப்ப சந்தேகம் வந்தது உங்களுக்கு?'

'முதல்லயே அவனை நான் ஒரு ஓரத்தில் சந்தேகத்திலே வெச்சுக்கிட்டுத்தான் இருந்தேன். ஆனா அதைத் தீவிரமா வெச்சுக்கலை. ஏன்னா பாண்டேஜ் போட்டுக்கிட்டு படுத்திருக்கான்... இருந்தாலும் ஒரு சினாரியோ மாதிரி நினைச்சுப் பார்த்தேன். உத்தம் பொய் சொல்றான்னா என்ன ஆகும்? அவன் ஆஸ்பத்திரிக்குள்ளேயே இருக்கான். இவனை யாரும் சந்தேகிக்க மாட்டாங்க. ஜன்னல் வழியாச் சுலபமா குதிச்சு வரமுடியும். ஒரு கற்பனை பண்ணிப் பார்த்தேன். அது உண்மையா இருந்தா, இவனுக்கு ஒரு பரீட்சை மாதிரி வெச்சுப் பார்க்க, ஒரே ஒரு பரிசோதனை செய்தேன். அவன் ரூம்லருந்து போன் பண்றாப்பல பாசாங்கு பண்ணேன். பீனாவை ரூம் மாத்தறத்துக்கு கேட்டுக்கிட்டாப்பலயும், அந்த ரூம் நம்பரை செய்தித்தாள் ஓரத்தில் எழுதுறாப்பலயும் அதன் ஓரத்தை கிழிச்சுக்கிறாப்பலயும்... ஒரு நாடகம் போட்டேன்.'

'நீங்க எழுதிக்கிட்டது!'

'என்னுடைய ரூம் நம்பர்.'

'ரொம்ப ரிஸ்க் பாஸ்!'

'அவன் பீனாவைத் தாக்க வந்தா என் ரூமுக்குத்தான் மறுபடி வருவான். அதாவது உத்தம் இதில சம்பந்தப்பட்டிருந்தா... சொல்லி வெச்சாப்பலே வந்து சேர்ந்தான்!'

'அவனுக்கு எப்படி ரூம் நம்பர் தெரிஞ்சுது!'

'பேப்பர் ஓரத்தில கொஞ்சம் அழுத்தியே, பால் பாயிண்டாலே எழுதினேன். உத்தம் அப்படித் திட்டம் போட்டுச் செயல்படற ஆசாமியா இருந்தா அந்த நம்பர் மேல பென்சில் ஷேடிங் பண்ணி நம்பரைத் தெரிஞ்சுக்கறதில கஷ்டமே இருக்காது...'

'இப்ப என்ன ஆகும்?'

வஸந்த் பீனாவைப் பார்த்து, 'இந்தச் சொத்து முழுவதும் உங்க பேர்ல வந்தா ஆச்சரியமில்லை. வேற வாரிசு யாரும் இல்லையே? உத்தம் செஞ்ச குற்றங்களுக்கு அவனுக்கு ஏறக்குறைய நூற்றம்பது வருஷம் தண்டனை கிடைக்கலாம்... அந்த மனோஜ்குமார்ங்கறவரு அட்ரஸே இல்லை...'

'கணேஷ், இந்தச் சொத்து மொத்தமும் வேண்டாம். எழுதித் தந்துரவா?' என்றாள் பீனா.

'அப்படிச் செய்யக் கூடாது. அது கோழைத்தனம்!' என்ற கணேஷ் பீனாவை நேராகப் பார்த்து, 'நான் சொல்றபடி செய்யறியா பீனா?'

'சொல்லுங்க.'

'இந்த விவகாரம் எப்படி ஆரம்பிச்சது?'

'முத்தமிழ் மன்றத்தில்.'

'முதல்ல ஈழ விடுதலை இயக்கத்துக்காரங்க சென்னை மக்களின் கவனத்தைக் கவர்றதுக்காக அதிகம் சேதமில்லாம ஒரு வெடி வெடிச்சாங்க! அதில் பொறப்பட்டு எங்கேயோ போயிருச்சு கதை! இப்ப அதை மறுபடி அதில கொண்டு நிறுத்திரலாமே!'

'என்ன சொல்றிங்க.'

'சொத்து வேண்டாம்னு சொல்லாதீங்க. அதில் ஒரு கணிசமான பகுதியை இலங்கையிலிருந்து இங்கு வந்து அல்லாடற நம் தமிழ் சகோதரர்களுக்கும், ஏதோ பொற்காலம் வரும்னு கனவு கண்டுக்கிட்டு ரத்தம் சிந்தி உயிரை விடற பத்தொன்பது பதினெட்டு வயசுப் பையன்கள் கொண்ட அந்த இயக்கத்துக்கும் பணம் கொடுக்கலாமே!'

'நல்ல ஐடியா. எப்படிக் கொடுக்கறதுங்கறதைச் சொல்லுங்க?'

‘வஸந்த்!’

‘என்ன பாஸ்.’

‘உன்னை வந்து அண்டர்கிரவுண்ட் இயக்கம் தொடர்பு கொள்றது எனக்குத் தெரியாதுன்னு நினைச்சுக்கிட்டியா. சொல்லு, எப்படிப் பணம் கொடுக் கறதுன்னு!’

‘சொல்றேன். ஆனா ஒரு கண்டிஷன்.’

‘என்ன?’

‘இந்தம்மாவுக்காக குத்துப்பட்டதுக்கு ஒரு முத்தம் வேணும். அப்புறம் பேப்பர்ல ஒரு விளம்பரம் கொடுக்கணும், இலங்கைத் தமிழர்களுக்காக வருத்தப்பட்டு கவிதை எழுதாம இருக்கற தமிழ்க் கவிஞர்களுக்கு தக்க சன்மானம் வழங்கப்படும்னு...’

சரி என்று சிரித்தாள்.

‘முதல்ல முத்தம்!’

‘பீனா கணேஷின் கன்னத்தில் முத்தமிட்டாள்!

‘தபார்றா! இதாண்டா மச்சம்ங்கறது’ என்றான் வஸந்த்.